പൂർണ

2023

റാഫി പാങ്ങോട്

ഇന്ത്യൻ സ്വാതന്ത്ര്യ സമര ചരിത്രത്തിന്റെ അഗ്നിനക്ഷത്രങ്ങളുടെ നാടായ തിരുവനന്തപുരം ജില്ലയിലെ മലയോര ഗ്രാമമായ കല്ലറ പാങ്ങോട് സ്വദേശി. ഹുസൈൻ (സലിം). ജമീല ബീവി. ദമ്പതികളുടെ മകനായി ജനിച്ചു. പഠനം ഭരതന്നൂർ ഗവൺമെന്റ് സ്കൂളിൽ. തുടർന്ന് ട്രാവൽ ആൻഡ് ടൂറിസം പഠനവും. സിന്ധിബാദ് ട്രാവൽ ആൻഡ് ടൂറിസം കമ്പനിയുടെ ടൂർ കോഡിനേറ്ററും ഇന്ത്യയിലെ ഒട്ടനവധി ട്രാവൽ കമ്പനികളുടെ സൗദിയിലെ പ്രൊമോട്ടറും കൂടിയാണ്. പ്രവാസി മലയാളി ഫെഡറേഷൻ ഗ്ലോബൽ പ്രസിഡണ്ടായി രണ്ടു വർഷക്കാലം 120 രാജ്യങ്ങളിൽ പ്രവർത്തിച്ച സംഘടനയുടെ ചുക്കാൻ പിടിച്ചതും ഇന്ന് ഗൾഫ് മലയാളി ഫെഡറേഷൻ എന്ന സംഘടനയുടെ ഫൗണ്ടറും കൂടിയാണ്. നിലവിൽ (GMF)ചെയർമാൻ സ്ഥാനം വഹിക്കുന്നു. 1993 ലാണ് പ്രവാസ ജീവിതം തുടങ്ങിയത്. 24 വർഷ മായി സാമൂഹ്യ സാംസ്കാരിക രംഗങ്ങളിൽ പ്രവർത്തിക്കുന്നു. പ്രതിസന്ധി യിൽ പ്രവാസ ലോകത്ത് കുരുങ്ങുന്ന ആയിരക്കണക്കിന് ആളുകളുടെ പ്രശ്നപരിഹാരത്തിനു താങ്ങും തണലുമായി നിൽക്കുന്നു. ഒട്ടനവധി പുരസ്കാരങ്ങൾ തന്റെ പ്രവർത്തനങ്ങളെ മാനിച്ച് നേടിയിട്ടുണ്ട്. ഭാര്യ: ജലീല. മക്കൾ : മുഹമ്മദ് വസീം, മുഹമ്മദ് ഫർഹാൻ, ആമിനാ റാഫി.

അബ്ദിയ ഷഫീന

മറിയം ബീവി-സിറാജുദ്ദീൻ ദമ്പതികളുടെ മകളായി കൊല്ലം ജില്ലയിൽ ജനിച്ചു, കൗൺസിലിംഗ് രംഗത്തും, മാധ്യമപ്രവർത്തനരംഗത്തും, തന്റേതായ പ്രവർത്തന ങ്ങൾ കാഴ്ചവയ്ക്കുന്ന വ്യക്തി. 'മസ്രയിലെ സുന്ദരി' എന്ന നോവലിലൂടെ വായനക്കാരുടെ ഹൃദയത്തിൽ ഇടം പിടിച്ച എഴുത്തുകാരിയായി, റിയാദിൽ കുടുംബത്തോ ടൊപ്പം താമസിക്കുന്നു. Mob: 0562325581.

അനുഭവങ്ങൾ

റാഫി പാങ്ങോട്

മണൽ ചുഴികൾ

തയ്യാറാക്കിയത്

അബ്ദിയ ഷഫീന

പൂർണ പബ്ലിക്കേഷൻസ്, കോഴിക്കോട്

കോഴിക്കോട് ■ കല്പറ്റ ■ തിരുവനന്തപുരം

Poorna
Publications

Manal chuzhikal
Experience
Rafi Pangod
Written by: Abdia Shafeena

Malayalam
First Edition: October 2023

Cover design: Third Eye

Typesetting: Poorna Clt.
Printing: Redstar Offset

ISBN: 978-81-300-2659-6
10212(10-2023)189.I.0.e

Published by:
POORNA PUBLICATIONS, KOZHIKODE
TBS Building, G.H. Road, Kozhikode-673001
Ph: 0495-2720085, 2720086, 2721025

Branches:**Kalpetta** 04936-203842
Thiruvananthapuram 0471-2570504

e-mail:tbsbook@gmail.com
Online Bookstore: www.tbsbook.com

മണലാരണ്യത്തിലെ വേറിട്ടതും, വ്യത്യസ്തവുമായ ചില ജീവിതങ്ങൾ അതിൽ പലതും നമ്മുടെ കരളലിയിപ്പിക്കുന്നതും, നാളേക്ക് പാഠമാക്കേണ്ടതുമായ ജീവിതസാഹചര്യങ്ങളിലൂടെയാണ് റാഫി പാങ്ങോടിന്റെ മണൽച്ചുഴികളിലൂടെയുള്ള അനുഭവങ്ങളിൽനിന്നും നമ്മെ ഓരോരുത്തരെയും ഓർമ്മപ്പെടുത്തുന്നത്. മരുഭൂമിയിലെ പച്ചപ്പ് തേടി അലയുന്ന ആട്ടിടയന്മാരെ പോലെ സ്വന്തം നാടും വീടും വിട്ട് പ്രവാസത്തിന്റെ പ്രയാസങ്ങളിൽ ഏറുമ്പോൾ നാളെ എന്റെ ജീവിതം സുരക്ഷിതമാകും എന്ന ചിന്തയാണ് ഓരോ പ്രവാസിയുടെയും മനസ്സിൽ.

എന്നാൽ, പലപ്പോഴും ചതിക്കുഴികളിൽപ്പെട്ട് പല പ്രവാസി സ്വപ്നങ്ങളും പാടെ കരിഞ്ഞു പോകുന്ന അവസ്ഥ നമുക്കൊക്കെ നേർക്കാഴ്ചയാണ്. അങ്ങനെ ജീവിതത്തിനും മരണത്തിനും ഇടയിൽ ചക്രശ്വാസം വലിച്ച് നാടണയാൻ ആകാതെ സമനില തെറ്റിപ്പോകുന്ന എത്രയെത്ര മനുഷ്യർ, അവിടെയൊക്കെ അല്പമെങ്കിലും ആശ്വാസമായി എത്തുന്ന റാഫി പാങ്ങോടിനെ പോലെയുള്ള ജീവകാരുണ്യ പ്രവർത്തകർ കൈത്താങ്ങ് ആകാറുണ്ട്.

ദൈവം അനുഗ്രഹിക്കട്ടെ.

അബ്ദിയ ഷഫീന

മുന്നുര

മണൽ ചുഴികൾ

പ്രവാസ ലോകത്ത് തൊഴിൽ തേടി എത്തിയ അനേകം പ്രവാസികളുടെ ജീവിതത്തിന്റെ വളർച്ചയും താഴ്ചയും, ദുരിതങ്ങളും കണ്ട ഒരു വ്യക്തിയാണ് ഞാൻ. മുപ്പത് വർഷങ്ങൾക്കു മുന്നേ എന്റെ പ്രവാസ ജീവിതം തുടങ്ങി. ദുരിതങ്ങൾ പേറിയ, അങ്ങേയറ്റം മനസ്സിനെ വല്ലാതെ വേദനിപ്പിച്ച ഒരുപാട് അനുഭവങ്ങളിൽ കൂടിയായിരുന്നു എന്റെ പ്രവാസ ജീവിതം ആരംഭിച്ചത്. ഒരു നേരത്തെ ആഹാരത്തിനു പോലും ആ കാലയളവിൽ ഞാൻ ബുദ്ധിമുട്ടുമായിരുന്നു. മോഹന വാഗ്ദാനങ്ങൾ തന്ന് ചെറുപ്രായത്തിൽ സ്വപ്നങ്ങൾക്ക് ചിറകുമുളയ്ക്കാനായി പ്രവാസ ലോകത്ത് എത്തിയപ്പോൾ ഞാൻ ചതിക്കപ്പെടുകയായിരുന്നു. അത് മനസ്സിലാക്കിയപ്പോൾ അങ്ങേയറ്റം വേദനിച്ചു. ആ വേദനയാണ്, ആ പിടിച്ചു നിൽക്കലാണ് എല്ലാം സഹിച്ചുള്ള ആ മുന്നേറലാണ് എന്നെ ഞാനെന്ന സാമൂഹ്യ പ്രവർത്തകനിൽ എത്തിച്ചത്.

സൗദി അറേബ്യയുടെ മണ്ണിൽ മരുഭൂമിയുടെ കത്തുന്ന ചൂടത്തും തണുപ്പത്തും ഒട്ടകങ്ങളുടെ കൂടെയും ആടുകളുടെ കൂടെയും ഉണങ്ങിയ റൊട്ടിയും ഒട്ടകങ്ങൾക്ക് കൊടുക്കുന്ന വെള്ളവും കുടിച്ച് വിശപ്പ് മാറ്റി ദിവസങ്ങൾ തള്ളി നീക്കി ജീവിക്കുന്ന അനേകം പ്രവാസികളുടെ കരളലിയിക്കുന്ന ദുരിതപൂർണ്ണമായ ജീവിതങ്ങളിൽ നിന്ന് എന്റെ സാമൂഹ്യ ജീവിതത്തിൽ കൂടി എനിക്ക് അല്പമെങ്കിലും പരിഹാരമാർഗങ്ങൾ കണ്ടെത്തി കൊടുക്കാൻ കഴിഞ്ഞു എന്ന് കരുതട്ടെ. വർഷങ്ങളായി പുറം ലോകവുമായി ബന്ധമില്ലാതെ കൃത്യമായിട്ട് ശമ്പളം കിട്ടാതെ ദുരിതമനുഭവിക്കുമ്പോൾ അവരുടെ പ്രശ്നത്തിൽ ഇടപെടുകയും. ലേബർ കോർട്ടുകളിലും കോടതികളിലും കയറിയിറങ്ങി നിയമ കാര്യാലയത്തിൽ കൂടി നീതി വാങ്ങിക്കൊടുക്കുവാനും അവരുടെ തൊഴിലിന്റെ വേതനം കൃത്യമായി വാങ്ങിക്കൊടുക്കുവാനും പലപ്പോഴും സാധിച്ചിട്ടുണ്ട്. ചതിയിൽപ്പെട്ട സ്ത്രീകൾ കൃത്യമായി എഗ്രിമെന്റുകളില്ലാതെ പ്രവാസ ലോകത്ത് എത്തിപ്പെടുകയും ക്രൂരമായ പീഡനങ്ങൾക്ക് ഇരയാവുകയും ചെയ്തിട്ടുള്ള ഒരുപാട് കേസുകൾ, പലപ്പോഴും അവരെ നിയമസഹായത്തോടുകൂടി ഇന്ത്യൻ എംബസിയുടെ സഹായത്തോടെ നാട്ടിലെത്തിക്കുവാൻ എന്റെ ഇടപെടൽ കൊണ്ട് സാധിച്ചിട്ടുണ്ട്. ചികിത്സയ്ക്കായി ദുരിത

മനുഭവിക്കുന്ന വ്യക്തികളെ നല്ല ചികിത്സ കിട്ടുന്നതിനും അവർക്ക് വേണ്ട നിയമസഹായങ്ങൾ കിട്ടുന്നതിനും എന്നാൽ കഴിയുംവിധം പ്രയത്നിച്ച് സഹായങ്ങൾ എത്തിച്ചു കൊടുക്കുവാനും സാധിച്ചിട്ടുണ്ട്. നിയമക്കുരുക്കിൽപ്പെട്ട് ജയിലറകളിൽ കിടക്കുമ്പോൾ അവർക്ക് നിയമസഹായം എത്തിക്കുവാനും അവരെ രക്ഷപ്പെടുത്തുവാനും പലപ്പോഴും കഴിഞ്ഞിട്ടുണ്ട്. ഒട്ടനവധി കരളലിയിക്കുന്ന കാരുണ്യ പ്രവർത്തനത്തിന്റെ നേർക്കാഴ്ചകളാണ് എന്റെ ഈ പുസ്തകം. പലപ്പോഴും പലരെയും ചതിച്ചിട്ടുള്ളത് പ്രവാസികളായ ചതിക്കപ്പെട്ടവന്റെ സുഹൃത്തുക്കളോ ബന്ധുക്കളോ നാട്ടുകാരനോ ആയിരിക്കും... ചതിക്കപ്പെട്ടവന്റെ വേദന ചതിക്കപ്പെടുമ്പോൾ ആയിരിക്കും അറിയുന്നത്. മുങ്ങിതാഴുന്നവൻ രക്ഷപ്പെടുന്നതിനുവേണ്ടി ഒരു കച്ചിത്തുരുമ്പ് കിട്ടിയാലും പിടിക്കും. അതുതന്നെയാണ് ഓരോരുത്തരും എന്നെപ്പോലെയുള്ള സാമൂഹ്യപ്രവർത്തകരോട് രക്ഷക്കായി കൈ നീട്ടുന്നത്. 24 വർഷമായി എന്റെ സാമൂഹ്യ പ്രവർത്തനം തുടങ്ങിയിട്ട്. സത്യസന്ധമായി ഞാൻ പ്രവർത്തിച്ച സാമൂഹ്യപ്രവർത്തനത്തിന്റെ മനസ്സിൽ തൊട്ട ചില കാര്യങ്ങൾ അറേബ്യൻ മരുഭൂമിയിലെ കുരുക്കിൽപ്പെട്ട, ചതിയിൽപ്പെട്ട ദുരിതമനുഭവിക്കുന്നവർക്കായി എന്റെ ഒരു കൈത്താങ്ങ് തന്നെയായിരുന്നു നിങ്ങളിലേക്ക് ചുരുക്കി എഴുതുന്നത്.

മണൽ ചുഴികൾ എന്ന എന്റെ ഈ ആദ്യപുസ്തകത്തിൽ നല്ല മനുഷ്യരായ അറബി പൗരന്മാർ ചെയ്ത നന്മകളും, അതുപോലെ സ്വയം നശിച്ചവരും, നാശത്തിലേക്ക് ചാടിച്ചവരും ഒക്കെ കടന്ന് വരുന്നുണ്ട്. ഈ രാജ്യത്തിന്റെ നിയമവ്യവസ്ഥകൾ കൃത്യമായി അറിഞ്ഞിരുന്നാൽ ഒരാളും ഒരിക്കലും ചതിക്കപ്പെടില്ല. ഈ രാജ്യം എന്നും പ്രവാസികളെ നെഞ്ചോട് ചേർത്തു പിടിച്ചിട്ടുള്ള രാജ്യമാണ്. സ്വതന്ത്രമായി ഈ രാജ്യത്തിന്റെ പൗരന്മാരെപോലെ നമുക്കും ജീവിക്കുവാനുള്ള അവകാശം തന്നിട്ടുണ്ട്. രാജ്യത്തിന്റെ ഭരണകർത്താക്കൾ നമ്മളെ അതിഥികളായാണ് കാണുന്നത്. ഈ രാജ്യത്ത് തൊഴിലെടുക്കുമ്പോൾ എവിടെയെങ്കിലും നൂറിൽ നാലോ അഞ്ചോ പേർ ചെയ്യുന്ന തെറ്റിന് രാജ്യത്തിന്റെ മൊത്തം പൗരന്മാരെ കുറ്റം പറയരുത്. നമ്മുടെ രാജ്യത്തായിരുന്നാലും അന്യസംസ്ഥാനത്തിൽ നിന്ന് നമ്മുടെ കേരളത്തിൽ ജീവിക്കാൻ വരുന്ന തൊഴിലാളികളെ നാം ഏത് രീതിയിലാണ് കാണുന്നത് എന്ന് നാം ചിന്തിക്കുക. എന്നാൽ ഈ രാജ്യവും ഈ രാജ്യത്തിലെ പൗരന്മാരും നമ്മെ ചേർത്തുപിടിക്കുകയാണ് ചെയ്യുന്നത്. അവിടെയാണ് ഈ രാജ്യത്തിന്റെ മഹത്വം.

എന്റെ സാമൂഹ്യ ജീവിതത്തിൽ ആയിരക്കണക്കിന് ആൾക്കാർക്ക് സഹായം എത്തിക്കുവാനും നിയമസഹായം നൽകുവാനും കുരുക്കുകളിൽപ്പെട്ട അനേകം പേർക്ക് രക്ഷ നൽകുവാനും സാധിച്ചിട്ടുണ്ട്.

അതിന്റെ ചില ഭാഗങ്ങൾ എന്റെ മനസ്സിൽ തൊട്ട് ഞാനെന്റെ അനുഭവം സത്യസന്ധമായി നിങ്ങളിലേക്ക് പങ്കുവയ്ക്കുന്നു. അറേബ്യൻ മരുഭൂമിയിലെ മണൽചുഴികളിൽപെട്ട ചില ജീവിതങ്ങളിലൂടെയുള്ള എന്റെ നേർകാഴ്ച്ചയാണ് ഈ പുസ്തകം.

സ്നേഹപൂർവ്വം

റാഫി പാങ്ങോട്
സാമൂഹിക പ്രവർത്തകൻ
GMF ചെയർമാൻ

ഉള്ളടക്കം

രഹസ്യബന്ധം തുലച്ച ജീവിതം

ഒരു വെള്ളിയാഴ്ച ദിവസം രാത്രി ഒൻപത് മണി കഴിഞ്ഞിട്ടുണ്ടാകും. പോലീസ് സ്റ്റേഷനിൽനിന്ന് ഒരു ഫോൺകോൾ. റിയാദ് മുറബ്ബ ലുലുവിന്റെ പുറകുവശത്ത് കുവൈറ്റ് ബിൽഡിങ്ങിനോട് ചേർന്ന് ഒരു പോലീസ് സ്റ്റേഷൻ പ്രവർത്തിക്കുന്നുണ്ട്. ബത്തഹയുടെ ഒരു ഭാഗവും, ഹാര ഉൾപ്പെടെയുള്ള കുറച്ച് പ്രദേശങ്ങളും ഈ പോലീസ് സ്റ്റേഷന്റെ കീഴിലാണ്. അവിടുത്തെ ഒരു ക്യാപ്റ്റൻ വർഷങ്ങളായി ഞാനുമായി നല്ല ബന്ധത്തിലായിരുന്നു. ആ പോലീസ് സ്റ്റേഷനുമായി ബന്ധപ്പെട്ട് ഒട്ടന വധി കേസുകളിൽ ഞാൻ ബന്ധപ്പെട്ടുകൊണ്ടിരിക്കുന്നത് കൊണ്ട് കോവിഡ് സമയത്ത് ഒരു സാമൂഹ്യ പ്രവർത്തകൻ എന്ന നിലയ്ക്ക് ഏതുസമയത്ത് വിളിച്ചാലും മടികൂടാതെ ഫോൺ എടുക്കുന്നതിന്റെ പേരിൽ എന്നെ എല്ലാ പോലീസ് സ്റ്റേഷനിലും എമർജൻസി സർവീസിൽ ഒരു വിദേശിയുടെ സഹായത്തിനു വേണ്ടി വിളിക്കുമായിരുന്നു, അതുകൊണ്ടു തന്നെയാണ് ആ ദിവസവും എന്നെ അവർ വിളിച്ചത്. ഒരു ഫാമിലി ഇഷ്യു വന്നപ്പോൾ ഇന്ത്യക്കാരായതുകൊണ്ട് അവരുടെ വിഷയ പരിഹാരത്തിനു വേണ്ടി എത്രയും പെട്ടെന്ന് പോലീസ് സ്റ്റേഷനിലേക്ക് എത്തിച്ചേരണമെന്ന് ക്യാപ്റ്റൻ എന്നോട് ആവശ്യപ്പെടുകയായിരുന്നു.

അസീസിയ നെസ്റ്റോയിൽ ഒരു പ്രോഗ്രാമിൽ പങ്കെടുത്തു കൊണ്ടിരുന്ന ഞാൻ ആ ക്യാപ്റ്റന്റെ ഫോൺകോളിനെ മാനിച്ച് അരമണിക്കൂറിനകം സ്റ്റേഷനിലേക്ക് എത്താം എന്ന് പറഞ്ഞ് പെട്ടെന്നുതന്നെ അവിടെ എത്തി. അവിടെ എത്തിയപ്പോഴാണ് ക്യാപ്റ്റൻ ഒരു സ്ത്രീ എഴുതി കൊണ്ടുവന്ന പരാതി എന്നെ കാണിച്ചത് തന്റെ ഭർത്താവ് മാനസികമായി ബുദ്ധിമുട്ടിക്കുകയും ക്രൂരമായി മർദ്ദിക്കുകയും താൻ താമസിക്കുന്ന സ്ഥലത്ത് മറ്റൊരു സ്ത്രീയെ കൊണ്ടുവരികയും രണ്ടുപേരും ചേർന്ന് തന്നെ മാനസികനില തെറ്റിക്കുന്ന അവസ്ഥയിലാക്കുകയും ചെയ്തു എന്നായിരുന്നു അതിലെ ഉള്ളടക്കം. തമിഴ്നാട് സ്വദേശിയായ ആ സ്ത്രീ തഞ്ചാവൂര് അറിയപ്പെടുന്ന ഒരു കുടുംബത്തിലെ പെൺകുട്ടിയാണ്.

മുപ്പത്തിരണ്ട് വയസ്സ് പ്രായമുള്ള അവർ അത്യാവശ്യം സൗന്ദര്യവും ഉന്നത വിദ്യാഭ്യാസവും ഒക്കെയുള്ള ഒരു സാധു സ്ത്രീ, അവർക്ക് ഒരു കുഞ്ഞു മകളും ഉണ്ട്. അവരുടെ ഭർത്താവും അതുപോലെ ഇവിടെ ഒരു കമ്പനിയിൽ അറിയപ്പെടുന്ന ഒരു ഐ ടി ടെക്നീഷ്യൻ ആണ്. അവർ

പോലീസ് സ്റ്റേഷനിൽ സമർപ്പിച്ച പരാതി ഞാൻ വായിച്ചശേഷം ആ സ്ത്രീയോട് കലഹത്തിനുള്ള കാരണങ്ങളെക്കുറിച്ച് അന്വേഷിച്ചു. അവർ കരഞ്ഞുകൊണ്ട് എന്നോട് എല്ലാം തുറന്നു പറയാൻ തുടങ്ങി.

ആ സ്ത്രീയുടെ ഭർത്താവ് വിവാഹത്തിന് മുൻപ് തന്റെ സ്കൂളിലെ ഒരു സഹപാഠിയുമായി വളരെ അടുപ്പത്തിലായിരുന്നുവെന്നും വിവാഹ ശേഷവും അവരുമായി ബന്ധം നിലനിർത്തി പോയിരുന്നു എന്നും പറഞ്ഞു. കൂടാതെ ഇപ്പോൾ ആ സ്ത്രീയെ തന്റെ കുട്ടിയെ പഠിപ്പിക്കുവാനും, തനിക്ക് വീട്ടുജോലിക്ക് സഹായി ആയിട്ടും തന്റെ വീട്ടിൽ ജോലിക്ക് നിർത്തി. ജോലിക്കാരി എന്ന വ്യാജേന എന്നെ കബളിപ്പിച്ചു അവരെ സൗദിയിലേക്ക് കൊണ്ടുവരികയായിരുന്നു. ആദ്യമൊന്നും തനിക്ക് അത് മനസ്സിലാക്കാൻ കഴിഞ്ഞില്ലെന്നും, എല്ലാ ദിവസവും രാവിലെ ഒൻപത് മണിക്ക് ആ സ്ത്രീ വീട്ടിൽ വന്ന് എല്ലാ പണികളും ചെയ്യുകയും ഉച്ച കഴിയുമ്പോൾ പോകുകയും ചെയ്യും. താൻ താമസിക്കുന്ന വീടിന് നാല് വീടുകൾക്ക് അപ്പുറമായിരുന്നു ഈ സ്ത്രീ താമസിച്ചിരുന്നത്. അവരും തന്റെ ഭർത്താവുമായി ഒരു അവിഹിതബന്ധം ഉണ്ടെന്ന് ഒരിക്കലും ഞാൻ കരുതിയിരുന്നില്ല. ഞാൻ പലപ്പോഴും ആ സ്ത്രീയോട് ചോദിക്കുകയുണ്ടായി. “നിങ്ങളുടെ ഭർത്താവിന് എന്താണ് ജോലിയെന്ന്.” അവർ പറഞ്ഞത് “എന്റെ ഭർത്താവ് മരണപ്പെട്ടുപോയി. എനിക്കൊരു കുട്ടിയുണ്ട്. കുട്ടിയെ നാട്ടിൽ അമ്മയെ ഏല്പിച്ചു ഇവിടേക്ക് വന്നതാണ്, ഇവിടെ ഒരു സ്കൂളിൽ ആയ ആയിട്ടായിരുന്നു പണി. ഇപ്പോൾ സ്കൂളിലെ പണി നഷ്ടപ്പെട്ടു. അതുകൊണ്ട് അറിയാവുന്ന ചില വീടുകളിലെ പണികൾ ചെയ്യുന്നു” എന്നൊക്കെ പറഞ്ഞു വിശ്വസിപ്പിച്ചു. ഞാൻ ആ സ്ത്രീ പറഞ്ഞത് പതിരില്ലാതെ വിശ്വസിക്കുകയും, എന്റെ സ്വന്തം ചേച്ചിയെ പോലെ സ്നേഹിക്കുകയും ചെയ്തു. ഇതിനിടയിൽ പലപ്രാവശ്യം എനിക്ക് ശാരീരികവും മാനസികവുമായ പല ബുദ്ധി മുട്ടുകളും ഉണ്ടായി യാന്ത്രികമായി എന്തൊക്കെയോ സംഭവിക്കുന്നത് പോലെയാണ് എനിക്ക് അനുഭവപ്പെട്ടത്.

പിന്നീട് ഭർത്താവിന്റെ ചില മാറ്റങ്ങൾ കണ്ട് അദ്ദേഹവുമായി എന്നും വഴക്കുണ്ടാക്കുന്ന ഒരു പ്രവണത ഉണ്ടായിത്തുടങ്ങി. ഞാൻ വീട്ടിൽ ഒരു ഭ്രാന്തിയെപോലെ എന്തൊക്കെയോ കാട്ടിക്കൂട്ടുന്ന അവസ്ഥയിലേക്കായി, എന്താണ് എന്നറിയാത്ത ഒരു അവസ്ഥ. പിന്നീട് ഭർത്താവും ആ സ്ത്രീയുമായി പലപ്രാവശ്യവും കാണാൻ പറ്റാത്ത രീതിയിലുള്ള സംഭവങ്ങൾ ബെഡ്റൂമിലും, ബാത്റൂമിലുമൊക്കെ പതിവ് കാഴ്ചയായി. അതെന്നെ മാനസിക വിഭ്രാന്തിയുടെ മൂർദ്ധന്യാവസ്ഥയിലേക്ക് എത്തിച്ചു. സഹികെട്ട് ഒടുവിൽ ഞാൻ ഈ വിവരം എങ്ങും തൊടാത്ത രീതിയിൽ എന്റെ വീട്ടിൽ അറിയിക്കുകയുണ്ടായി. പക്ഷേ, അവരുടെ നിരീക്ഷണ

ത്തിൽ ആയിരുന്ന ഞാൻ ശുചിമുറിയിൽ പോലും ചങ്ങലക്കിട്ട അവസ്ഥയിലായിരുന്നു അങ്ങനെ എന്റെ വീട്ടിലേക്ക് അയച്ച മെസ്സേജ് എന്റെ ഭർത്താവും ആ സ്ത്രീയും കാണുകയും എന്റെ കയ്യിൽ നിന്ന് മൊബൈൽ പിടിച്ചുവാങ്ങുകയും ചെയ്തു. മൊബൈലിനായുള്ള പിടിവലിയിൽ ക്രൂരമായ രീതിയിൽ മർദ്ദിക്കുകയും എഴുന്നേറ്റു നിൽക്കാൻ പറ്റാത്ത അവസ്ഥയിലാക്കുകയും ചെയ്തു.

പുറംലോകവുമായി യാതൊരു ബന്ധവുമില്ലാതെ നാലു ചുവരിനുള്ളിൽ അകപ്പെട്ട് ഞാനും എന്റെ കുഞ്ഞുമോളും എന്തുചെയ്യണമെന്നറിയാത്ത അവസ്ഥയിലായി. നാട്ടിൽ നിന്ന് അച്ഛൻ വിളിച്ച് എന്നെ കിട്ടാതെ വന്നപ്പോൾ അകന്ന ബന്ധത്തിലുള്ള ചിലരോട് പറഞ്ഞതനുസരിച്ച് എന്റെ ഭർത്താവുമായി അവർ ബന്ധപ്പെട്ടു. ഇന്ത്യൻ എംബസിയിൽ പരാതി അയച്ചു. എംബസിയിലെ ഉദ്യോഗസ്ഥർ വിളിച്ച് സംസാരിച്ചു. എല്ലാവരെയും തെറ്റിദ്ധരിപ്പിക്കുന്ന രീതിയിലുള്ള പകൽമാന്യൻ ചമഞ്ഞായിരുന്നു അദ്ദേഹത്തിന്റെ എല്ലാ പ്രവർത്തനവും. തന്റെ ഭാര്യയ്ക്ക് മാനസിക രോഗമാണ്. പറയുന്നതെല്ലാം കള്ളത്തരം മാത്രമാണെന്നും എല്ലാവരോടും പറഞ്ഞു. പിന്നീട് എല്ലാ വ്യക്തികളും എന്നെ ഒരു മാനസിക വിഭ്രാന്തിയുള്ള സ്ത്രീയെപോലെ കാണുകയുണ്ടായി. പിന്നീടങ്ങോട്ടുള്ള എല്ലാ ദിവസങ്ങളിലും അയാളും, അവരും ചേർന്ന് എന്നെ മാനസികമായും ശാരീരികമായും.ക്രൂരമായി ഉപദ്രവങ്ങളായിരുന്നു. ആഹാരസാധനങ്ങൾ വീട്ടിലേക്ക് വാങ്ങി തരാത്ത അവസ്ഥവരെ എത്തി, എന്നെയും കുഞ്ഞിനെയും പല ദിവസങ്ങളിലും പട്ടിണിക്കിട്ട് അയാൾ പുറത്തേക്ക് പോകുമ്പോൾ അടുക്കള പൂട്ടിപ്പോകും. ബാത്റൂമിനുള്ളിലെ പൈപ്പിൽ നിന്നുള്ള ബലതിയ വെള്ളം കുടിച്ചാണ് വിശപ്പകറ്റിയത് പതിയെ പതിയെ അയാൾ വീട്ടിലേക്ക് തീരെ വരാതെയായി.

വല്ലപ്പോഴും വീട്ടിലേക്ക് ആവശ്യമായ സാധനങ്ങൾ എത്തിച്ചു തന്നു. അങ്ങനെ ഞാൻ ഒറ്റയ്ക്കായശേഷം എന്റെ മനസ്സ് വല്ലാതെ തണുത്തു. പഴയതുപോലെയുള്ള മാനസിക വിഷമങ്ങളോ, മറ്റു ശാരീരിക അസ്വാസ്ഥ്യങ്ങളോ ഒന്നും തന്നെ എനിക്കുണ്ടായില്ല. അപ്പോഴാണ് എനിക്ക് ഒരു സംശയം തോന്നി തുടങ്ങിയത്. ഇപ്പോൾ എനിക്ക് ഒരു അസുഖവും തോന്നുന്നില്ല ശരീര വേദനയോ മറ്റു മാനസിക വിഭ്രാന്തിയോ ഒന്നും കാണുന്നില്ല. അതിന്റെ കാരണമെന്ത്? എന്ന എന്റെ സംശയം ഇരട്ടിച്ചു. ഇവിടെ ജോലിക്കായി വന്ന എന്റെ ഭർത്താവിന്റെ സുഹൃത്ത് എന്ന് പറയുന്ന അദ്ദേഹത്തിന്റെ പഴയ കാമുകി എനിക്ക് ആഹാരത്തിൽ എന്തോ സാധനങ്ങൾ കലക്കി തരുന്നുണ്ടായിരുന്നു എന്ന് എനിക്ക് ഉറപ്പാണ്. അല്ലെങ്കിൽ അയാൾ പോയ ശേഷവും ഞാൻ മനസ്സും ശരീരവും തളർന്ന് അവിടെത്തന്നെ കിടക്കുമായിരുന്നില്ലേ. അങ്ങനെ ഒരു ദിവസം എന്തോ

സാധനം എടുക്കാൻ വേണ്ടി അയാൾ വീട്ടിലേക്ക് വന്ന സമയത്ത് ഞാൻ എന്റെ ഭർത്താവിനോട് ഈ കാര്യങ്ങൾ പറഞ്ഞു. “നിങ്ങളും നിങ്ങളുടെ കാമുകിയും കൂടി എന്നെ ഇല്ലാതാക്കാൻ എന്തോ വിഷം എനിക്ക് ആഹാരത്തിൽ കൂടി തരികയാണ് ചെയ്തത്. അങ്ങനെ നിങ്ങളെന്നെ കൊന്നശേഷം നിങ്ങൾക്ക് കാമുകിയുമായി സുഖമായി ജീവിക്കാം എന്നുദ്ദേശിച്ചാണ് ഇതൊക്കെ പ്ലാൻ ചെയ്തത് അല്ലേ, നിങ്ങൾ രാക്ഷസ നാണ് “എന്നൊക്കെ ആ ദേഷ്യത്തിൽ ഞാൻ പറഞ്ഞു പോയി. അതു കേട്ടതും അയാൾ വീണ്ടും എന്നെ പൊതിരെ തല്ലി അവശയാക്കി. പിന്നീട് ഞാൻ ഒന്നും ആലോചിച്ചില്ല. അയാൾ പോയ ശേഷം ആ വീട്ടിൽ നിന്ന് ഇറങ്ങി അടുത്തുള്ള ബക്കാലയിൽ (പലചരക്ക് കട) കയറി എന്റെ വിഷമങ്ങൾ ചെറുതായി ഞാൻ പറഞ്ഞു. അവരാണ് ഇങ്ങോട്ടേക്ക് വരാൻ എന്നെ സഹായിച്ചത്. ഇനി എനിക്ക് സഹിക്കാൻ വയ്യ സാറെ എന്റെ ജീവൻ രക്ഷിക്കുവാനും, ഏതെങ്കിലും രീതിയിൽ എന്നെയും കുഞ്ഞി നെയും നാട്ടിലെത്തിക്കുവാനും വേണ്ടിയാണ് ഞാൻ പോലീസ് സ്റ്റേഷ നിൽ അഭയം തേടിയത്. ആ സ്ത്രീയുടെ വാവിട്ട് നിലവിളിച്ചുള്ള ആ വാക്കുകൾ വല്ലാതെ എന്റെ ഹൃദയം നോവിച്ചു.

പോലീസ് സ്റ്റേഷനിൽ ഉള്ളവരോട് മയത്തിൽ ഞാൻ കാര്യങ്ങൾ പറഞ്ഞു മനസ്സിലാക്കി. അത് കേട്ടതും ഭാര്യയുടെ കയ്യിൽനിന്നും അയാളുടെ നമ്പർ വാങ്ങി പോലീസ് അയാളെ വിളിച്ച് എത്രയും പെട്ടെന്ന് പോലീസ് സ്റ്റേഷനിൽ എത്തണമെന്ന് കർശനമായി പറഞ്ഞു. ക്യാപ്റ്റന്റെ നിർദ്ദേശ പ്രകാരം ഒരു മണിക്കൂറിനകം തന്നെ അവിടെ എത്തണം എന്നായിരുന്നു നിർദ്ദേശം. എന്നോട്, അയാളുമായി സ്പീക്കറിൽ ഇട്ട് സംസാരിക്കാൻ പറഞ്ഞു. ഞാൻ ആ സ്ത്രീ പറഞ്ഞ കാര്യങ്ങളുടെ അടിസ്ഥാനത്തിൽ അദ്ദേഹത്തോട് പല കാര്യങ്ങളും ചോദിച്ചറിഞ്ഞു. അപ്പോൾ അറിയാൻ കഴിഞ്ഞത്, അയാളുടെ കാമുകിയായി എത്തിയത് അദ്ദേഹത്തിന്റെ ആദ്യ ഭാര്യയാണെന്നും ഇവരെ വിവാഹം കഴിക്കുന്നതിന് മുമ്പേ ആ സ്ത്രീയെ യാണ് അദ്ദേഹം വിവാഹം കഴിച്ചത് എന്നും അയാൾ തുറന്നു പറയുന്നത് കേട്ട് പാവം ആ സ്ത്രീ ബോധരഹിതയായി. എല്ലാവരും ചുറ്റിലും കൂടി ആ സ്ത്രീയെ നിവർത്തിയിരുത്തി അല്പം വെള്ളം കൊടുത്ത് സമാധാ നത്തിൽ കാര്യങ്ങൾ പറഞ്ഞു മനസ്സിലാക്കി. ഇവിടെ അദ്ദേഹം വേറൊരു വിവാഹം കഴിച്ചതിന് ഒന്നും ചെയ്യാൻ പറ്റുകയില്ല. അദ്ദേഹത്തിന് നിയമ പരമായി ഒന്നോ രണ്ടോ കല്യാണം കഴിക്കാം. അത് നിങ്ങളുടെ നാട്ടിൽ (ഇന്ത്യയിൽ) പോയി കേസ് കൊടുത്തുകൊണ്ട് പ്രശ്നം പരിഹരിക്കുക ഇവിടെ ഒന്നുമാത്രമേ ചെയ്യാൻ പറ്റുള്ളൂ നിങ്ങളെ മാനസികമായി ദ്രോഹി ച്ചതിനും, പീഡിപ്പിച്ചതിനും കേസെടുക്കാം, പിന്നെ ജയിലിൽ അടയ്ക്കു കയും ചെയ്യാം. ഈ കേസ് തീരുന്നവരെ നിങ്ങൾക്ക് പുറത്തു പോകാൻ

പറ്റില്ല. നിങ്ങളുടെ ഭർത്താവിനും ജയിലിൽനിന്ന് പുറത്തിറ ങ്ങാൻ പറ്റുകയില്ല. നിങ്ങൾ കള്ളമാണ് പറയുന്നതെങ്കിൽ മെഡിക്കൽ റിപ്പോർട്ട് എടുക്കും. നിങ്ങൾക്ക് അടിയോ ഇടിയോ കൊണ്ടിട്ടില്ലാത്ത പക്ഷം നിങ്ങളുടെ പേരിൽ കേസെടുക്കും. ഇതൊക്കെ പറഞ്ഞ് അവരെ കൃത്യമായിട്ട് ഞാൻ മനസ്സിലാക്കി കൊടുത്തു.

പതിനൊന്നര മണിയായപ്പോൾ അദ്ദേഹം (ആ സ്ത്രീയുടെ ഭർത്താവ്) സ്റ്റേഷനിലേക്ക് കയറി വന്നപ്പോൾ പോലീസുകാർ എന്റെ അടുത്തേക്ക് വിട്ടു. അയാൾ എന്റെ അടുത്ത് വന്ന് നിന്നതും പോലീസ് തന്നെ ചോദിച്ചു "ഈ നിൽക്കുന്നത് നിങ്ങളുടെ ആരാണെന്ന്." അദ്ദേഹം പറഞ്ഞു "എന്റെ ഭാര്യ." വീണ്ടും ആ പോലീസുകാരൻ ഉച്ചത്തിൽ ചോദിച്ചു. "ഈ നിൽക്കുന്ന കുട്ടി നിങ്ങളുടേത് ആണോ?"

"അതെ" എന്ന് പറഞ്ഞു. പോലീസുകാരൻ വീണ്ടും കടുപ്പത്തിൽ തന്നെ ചോദ്യം ചെയ്തു "ഈ രാത്രിയിൽ നിങ്ങളുടെ ഭാര്യയും കുട്ടിയും ഈ പോലീസ് സ്റ്റേഷനിൽ എന്തിനാണ് വന്നത്?"

അയാൾ മിണ്ടാതെ നിന്നു. പോലീസ് വീണ്ടും രൂക്ഷമായി നോക്കി തന്നെ ചോദിച്ചു. "ഭാര്യയെ നിങ്ങൾ അടിക്കാറുണ്ടായിരുന്നോ?"

"ഇല്ല" എന്ന് പറഞ്ഞു. "കള്ളം പറയുന്നോ" എന്ന് പറഞ്ഞുകൊണ്ട് പോലീസ് ഓഫീസർ ഒരു അടി കവാലത്തിന് കൊടുത്തു. അയാൾ പറഞ്ഞു. "അവൾക്ക് മാനസിക രോഗമാണ് അതുകൊണ്ടാണ് ഞാൻ പുറത്തു വിടാതിരുന്നത്," അതുകേട്ട് ഞാൻ ചോദിച്ചു "അവർക്ക് സുഖമില്ലെങ്കിൽ എന്തുകൊണ്ട് നിങ്ങൾ അവരെ നാട്ടിൽ അയച്ചില്ല നിങ്ങൾ ചെയ്തത് മര്യാദയാണോ?" അയാൾ അവളെ ചൂണ്ടിക്കൊണ്ട് പറഞ്ഞു "ഇവൾ പറയുന്നതു മുഴുവൻ പച്ചക്കള്ളമാണ്. ഞാൻ എത്ര പറഞ്ഞിട്ടും നാട്ടിൽ പോകാൻ കൂട്ടാക്കിയില്ല," അവളുടെ നേർക്ക് കൈ ചൂണ്ടിയുള്ള അയാളുടെ സംസാരം കേട്ട് പോലീസുകാരൻ വീണ്ടും അയാളെ ബെൽറ്റ് കൊണ്ട് ആഞ്ഞടിച്ചു, ആ അടിക്കുന്നത് കണ്ട അദ്ദേഹത്തിന്റെ ഭാര്യ ഞെട്ടിപ്പോയി. കുട്ടി പേടിച്ചു വിറച്ചു.

പോലീസ് ക്യാപ്റ്റൻ കയ്യിൽ ചങ്ങലയിട്ട് അകത്ത് ജയിലിലേക്ക് പിടിച്ചു തള്ളി. ആ സ്ത്രീയും ഭയപ്പെട്ടു. ഭാര്യയെ അന്യനാട്ടിൽ കൊണ്ടു വന്ന് മാനസികമായി പീഡിപ്പിക്കുകയും ശാരീരികമായി അടിക്കുകയും ഇടിക്കുകയും ചെയ്തതിന്റെ പേരിൽ കേസെടുക്കുകയാണെന്ന് പോലീസ് ക്യാപ്റ്റൻ പറഞ്ഞു. അദ്ദേഹത്തിന്റെ ഭാര്യയായ ആ സ്ത്രീ ശരീരമാസകലം വിറച്ചുകൊണ്ട് പേടിച്ചു കരയുകയുണ്ടായി. തന്റെ ഭർത്താവ് എത്ര വൃത്തികെട്ടവൻ ആയിരുന്നാലും തന്റെ കുട്ടിയുടെ പിതാവ് ആണല്ലോ എന്നും താൻ കൊടുത്ത പരാതിയെ തുടർന്നാണല്ലോ അദ്ദേഹത്തിനെ

വിലങ്ങിട്ട് ജയിലിൽ തള്ളിയതും പോലീസ് അടിക്കാൻ ഇടയായതും. എന്നൊക്കെ തോന്നിയിട്ടാം അവർ നിർത്താതെ തേങ്ങി കരയാൻ തുടങ്ങി.

ഞാൻ ആ സ്ത്രീയോട് വീണ്ടും സംസാരിക്കുകയുണ്ടായി. നിങ്ങൾ ഭർത്താവിനെതിരെ ഇവിടെ കേസ് കൊടുക്കുകയും നിങ്ങൾ പറയുന്നത് കള്ളമാണെന്ന് തെളിയുകയും ചെയ്താൽ നിങ്ങളുടെ പേരിലും കേസെടുക്കും. നിങ്ങളെന്നും നാളെ മെഡിക്കൽ പരിശോധനയ്ക്ക് ആശുപത്രിയിൽ കൊണ്ടുപോകും. നിങ്ങളുടെ ഭർത്താവ് നിങ്ങളുടെ ശരീരത്തിൽ കൈ വച്ചിട്ടില്ല എങ്കിൽ നിങ്ങളെയും ജയിലിൽ അടയ്ക്കും. അതുവരെ നിങ്ങളുടെ കുട്ടിയെ, കുട്ടികളെ സംരക്ഷിക്കുന്ന ചില കേന്ദ്രങ്ങളുണ്ട് അവിടെ ഏൽപ്പിക്കുകയും ചെയ്യും. ഇതും കൂടെ പറഞ്ഞപ്പോൾ ആ സ്ത്രീ നിലവിളിച്ചുകൊണ്ട് പറഞ്ഞു. "എനിക്ക് നാട്ടിൽ പോയാൽ മതി. എന്റെ ഭർത്താവിന്റെ പേരിൽ എനിക്കൊരു കേസും ഇല്ല. എനിക്ക് നാട്ടിൽ പോയാൽ മതി, എനിക്ക് നാട്ടിൽ പോയാൽ മതി" അങ്ങനെ നിലവിളിച്ചു കൊണ്ട് പലവട്ടം പറയുകയുണ്ടായി. നാട്ടിൽനിന്ന് ആ സ്ത്രീയുടെ പിതാവ് ഇന്ത്യൻ എംബസിക്ക് കൊടുത്ത പരാതിയിൽ എത്രയും പെട്ടെന്ന് മകളെ കയറ്റി വിടണം എന്നായിരുന്നു പറഞ്ഞിരുന്നത്.

ഈ സ്ത്രീ തന്റെ ഭർത്താവിനെ കൂടെ കൂട്ടിയല്ലാതെ നാട്ടിലേക്ക് പോവുകയില്ല എന്നുള്ള നിർബന്ധമായിരുന്നു. അങ്ങനെ കുറച്ചു ദിവസങ്ങൾ അവർ ഇവിടെ തന്നെ താമസിച്ചു. എംബസിയുടെ നിർദ്ദേശ പ്രകാരം ഈ സ്ത്രീയെ നാട്ടിൽ അയക്കുന്നതിന് വേണ്ടിയുള്ള ശ്രമം ഞാൻ ഏറ്റെടുക്കുകയും കൃത്യമായി അത് വിജയിപ്പിക്കുകയും ചെയ്തു.

പിന്നീട് ജയിലിൽ കിടന്ന അവരുടെ ഭർത്താവിന്റെ അടുത്ത് ചെല്ലുകയും അയാളുടെ തെറ്റുകൾ ഒക്കെ പറഞ്ഞു മനസ്സിലാക്കി കൊടുക്കുകയും ചെയ്തു. ഇന്ത്യൻ എംബസിയുടെ കൃത്യമായ നിർദ്ദേശം അനുസരിച്ച് പോലീസ് സ്റ്റേഷനിൽ കൃത്യമായിട്ട് ഒരു പേപ്പർ എഴുതി ഉണ്ടാക്കുക യുണ്ടായി. അഞ്ചുദിവസത്തിനകം ഇവരെ നാട്ടിലേക്ക് കയറ്റി വിടുകയും അവർക്ക് വേണ്ട എല്ലാ കാര്യങ്ങളും ചെയ്തു കൊടുക്കാം എന്നും സ്ത്രീയെ ഒരു കാരണവശാലും ഇനി മാനസികമായോ, ശാരീരികമായോ ബുദ്ധിമുട്ടിക്കില്ല എന്നും അവർക്ക് വേണ്ട എല്ലാ സഹായവും ചെലവും നൽകാമെന്നും പോലീസ് സ്റ്റേഷനിൽ എഴുതി വയ്ക്കുക യുണ്ടായി. ഇത്രയും എഴുതിവെച്ചുകൊണ്ട് ആ പെൺകുട്ടിയുടെ ഭർത്താവിനെ ജയിലിൽ നിന്നും മോചിപ്പിച്ചു.

രാത്രി ഒന്നര മണിയായി കാണും. ഞാൻ തന്നെയാണ് ആ സ്ത്രീയെയും കുട്ടിയെയും ഒരു പോലീസുകാരനോടൊപ്പം താമസസ്ഥലത്ത് കൊണ്ടുപോയി എത്തിച്ചത്. അപ്പോഴാണ് ആ സ്ത്രീ പറഞ്ഞതിൽ ഒരു

പാട് സത്യങ്ങൾ ഉണ്ടെന്ന് അവിടെയുണ്ടായിരുന്ന ചിലരുടെ സംസാരത്തിൽ നിന്ന് എനിക്ക് ബോധ്യം വന്നത്.

അയാൾ ഇപ്പോൾ കുറെ ദിവസങ്ങളായി ഈ സ്ത്രീയുടെ വീട്ടിൽ വരാറില്ല എന്നും കാമുകിയുടെ കൂടെയാണ് താമസം എന്നൊക്കെയാണ് അറിയാൻ കഴിഞ്ഞത്. പോകുന്ന വഴിയിൽ വച്ച് ഞാൻ ആ പാവം സ്ത്രീയോട് ഒരു കാര്യം പറഞ്ഞു. ജീവിതം ഒന്നേയുള്ളൂ. നിങ്ങളുടെ വിവാഹത്തിന് മുന്നെയാണ് ഇദ്ദേഹം വിവാഹം കഴിച്ചത്. നിങ്ങളോട് ആ സത്യം പറയാതെ തന്നെ വീണ്ടും ഒരു വിവാഹം കഴിച്ചത് വലിയ തെറ്റ് തന്നെയാണ്. പക്ഷേ, തെറ്റു മുഴുവൻ നിങ്ങളുടെ വീട്ടുകാരുടെ ഭാഗത്താണ്. നിങ്ങളുടെ കുടുംബക്കാർക്ക് കൃത്യമായിട്ട് അന്വേഷിച്ചിട്ട് വേണമായിരുന്നു ഒരു പെൺകുട്ടിയെ മറ്റൊരാൾക്ക് വിവാഹം കഴിച്ചു കൊടുക്കാൻ. ഇപ്പോൾ നിങ്ങൾക്ക് അയാളിൽ ഒരു കുട്ടിയുണ്ട് അതും ഒരു പെൺകുട്ടിയാണ്. കുട്ടിക്ക് വേണ്ടി ജീവിതം മുന്നോട്ടു പോകുക. നിങ്ങൾ തമ്മിൽ പിരിയാതെ ജീവിക്കാനാണ് ഞാൻ പറയുന്നത്. ഒരു സഹോദരൻ എന്ന നിലക്ക് നിങ്ങളോട് ഞാൻ നിർദ്ദേശിക്കുന്നത് ഒന്ന് കേൾക്കുക. നിങ്ങൾക്ക് ഇവിടെ തന്നെ ഭർത്താവിനോട് കൂടി സന്തോഷത്തോടുകൂടി ജീവിക്കാമെങ്കിൽ ഇവിടെ ജീവിക്കുക. ഇല്ലെങ്കിൽ, സന്തോഷത്തോടുകൂടി നാട്ടിൽ പോവുക. ഇനി കേസു കൊടുത്തിട്ട് യാതൊരു കാര്യവുമില്ല. ആ സ്ത്രീയെ ഒഴിവാക്കിക്കൊണ്ട് അയാൾ നിങ്ങളോടൊപ്പം വരുമെന്ന് എനിക്ക് തോന്നുന്നില്ല. നിങ്ങൾക്കും നിങ്ങളുടെ കുടുംബത്തിനും പറ്റിയ ഏറ്റവും വലിയ തെറ്റായിരുന്നു അദ്ദേഹത്തിന്റെ വിദ്യാഭ്യാസവും കുടുംബ മഹിമയും മാത്രം നോക്കി നിങ്ങളെ കല്യാണം കഴിച്ചു കൊടുത്തത്. ഒരു പെൺകുട്ടിയാണ് നിങ്ങൾക്ക്. ആ കുട്ടിയെ ഓർത്ത് ഭർത്താവുമായി സന്തോഷത്തോടുകൂടി ജീവിക്കാൻ പറ്റുമെങ്കിൽ ജീവിക്കുക.

അവർ വീണ്ടും കരയാൻ തുടങ്ങി. “ഇല്ല അണ്ണാ എനിക്ക് നാട്ടിൽ പോയാൽ മതി” എന്ന് ആ സ്ത്രീ കണ്ണീരോടുകൂടി എന്നോട് പറഞ്ഞു. ഹാരയിലുള്ള അവരുടെ വീട്ടിലാക്കിയിട്ട് ഞാൻ എന്റെ വീട്ടിലേക്ക് പോയി. കുറച്ചു ദിവസങ്ങൾക്ക് ശേഷം അവരുടെ കേസ് ഇന്ത്യൻ എംബസിയിൽ എത്തുകയുണ്ടായി

ഡേറ്റ് കിട്ടിയ ദിവസം ഞാനും അവരോടൊപ്പം ഇന്ത്യൻ എംബസിയിൽ പോകേണ്ടി വന്നു. മണിക്കൂറോളമുള്ള ചർച്ചയ്ക്ക് ശേഷം, പരസ്പര ധാരണയുടെ പുറത്ത് ഈ സ്ത്രീയെ നാട്ടിലേക്ക് അയക്കുവാനും ഇന്ത്യൻ നിയമപ്രകാരം കേസ് ഇന്ത്യയിൽ ഫയൽ ചെയ്ത് ഇവർക്ക് പരാതിയുമായി മുന്നോട്ടു പോകാം എന്ന് ഇന്ത്യൻ എംബസിയുടെ ഉദ്യോഗസ്ഥർ പറയുകയുണ്ടായി... എന്നിട്ടും ഞാൻ അദ്ദേഹത്തിനോട് പറഞ്ഞു “നിങ്ങളുടെ കുട്ടിയാണ്. നിങ്ങളുടെ ഭാര്യയാണ്. നിങ്ങൾ വിവാഹം

കഴിച്ചിട്ട് എട്ടു വർഷം കഴിഞ്ഞു. ഇത്രയും കാലം നിങ്ങളോട് കൂടെ ജീവിച്ച ഒരു സ്ത്രീയാണ്, നിങ്ങൾ മറ്റേ സ്ത്രീയെ ഒഴിവാ ക്കണമെന്നല്ല പറയുന്നത്. എന്തായിരുന്നാലും സംഭവിച്ചു. രണ്ടുപേരെയും സന്തോഷ ത്തോടുകൂടി കൊണ്ടുപോകണം എന്നാണ് എന്റെ ആഗ്രഹം. കാരണം. ഞാൻ ഇടപെട്ട ഒരു കേസ് ആയതുകൊണ്ട് എനിക്ക് ആരുടെയും ശാപം പിടിച്ചു വയ്ക്കാൻ വയ്യ, രണ്ടുപേരും നിങ്ങളോടൊപ്പമുള്ള ജീവിതം ആഗ്രഹിക്കുന്നവരാണ്, പരസ്പരം കുടുംബങ്ങൾ തമ്മിൽ ധാരണയിൽ നിങ്ങൾ മുന്നോട്ട് പോവുക." തൽക്കാലം നിങ്ങൾ ഇവരെ നാട്ടിലേക്ക് കയറ്റി വിടുക എന്ന് ഞാൻ അദ്ദേഹത്തിനോടും. അതേ വാക്കുകൾ തന്നെയായിരുന്നു ഈ സ്ത്രീയോടും പറഞ്ഞത്. നമ്മൾ എത്ര കാലം ഇനി ജീവിക്കും. നിങ്ങൾ നാട്ടിൽ സമാധാനത്തോടുകൂടി പോവുക.

എന്തായിരുന്നാലും അവരെയും കുട്ടിയേയും വളരെ സമാധാന ത്തോടെ കൂടി തന്നെ വരും ദിവസം സൗദി എയർലൈൻസിന്റെ ചെന്നൈ വിമാനത്തിൽ കയറ്റിവിട്ടു. ഞാൻ അദ്ദേഹത്തിനോടു പറഞ്ഞ പ്രകാരം ആ സ്ത്രീക്കും, കുട്ടിക്കും വേണ്ട കുറച്ച് സാധനങ്ങളെല്ലാം വാങ്ങി എന്നെ ഏൽപ്പിച്ചു, അതെല്ലാം കൊണ്ട് ഞാൻ അവർ താമസിക്കുന്ന സ്ഥലത്ത് എത്തിച്ചു. ഞാനും കുറച്ച് സാധനങ്ങളൊക്കെ വാങ്ങി കൊടുത്തു നാട്ടിലേക്ക് അയച്ചു. പിന്നെ എന്തു സംഭവിച്ചു എന്നതൊന്നും എനിക്കറിയില്ല.

പ്രവാസലോകത്ത് ഇതേപോലെയുള്ള ചില അനുഭവങ്ങൾ നമ്മളി ലേക്ക് കടന്നു വരാറുണ്ട്. കുടുംബങ്ങളുടെ ഇടയിൽ പല സ്ത്രീകളും ഇത്തരത്തിലുള്ള വിഷമങ്ങൾ പുറത്തു പറയാതെ നാല് ചുവരിനുള്ളിൽ അടക്കി ജീവിക്കുന്ന ഒരുപാട് സ്ത്രീകൾ നമുക്കിടയിലുണ്ട്. അതുപോലെ തന്നെ പുരുഷന്മാരും. തന്റെ ഭാര്യയുടെ ആഡംബര ജീവിതവും അഹങ്കാരം പിടിച്ചുള്ള സംസാരവും സദാ ഫോണിൽ മറ്റുള്ളവരുമായി ചാറ്റ് നടത്തിയും മറ്റും കുടുംബത്തിന്റെ താളം തെറ്റിക്കുന്ന സ്ത്രീകളുമുണ്ട്. ഇവരെയൊക്കെ എങ്ങനെ നന്നാക്കണമെന്ന് അറിയാത്ത അവരുടെ മാതാപിതാക്കളും തീരാദുഃഖത്തിലാണ്.

ഇതെല്ലാം പ്രവാസ ലോകത്ത് പബ്ലിസിറ്റി ആക്കാതെ വളരെ തന്മയത്വ ത്തോടെ ഇടപെട്ട് ഞങ്ങളെപ്പോലുള്ള സാമൂഹ്യ പ്രവർത്തകർ പരിഹാര മാർഗ്ഗങ്ങൾ കാണാറുണ്ട്. പലപ്പോഴും കൊലപാതകങ്ങളിലേക്കും. ആത്മ ഹത്യയിലേക്കും എത്തിപ്പെടാതിരിക്കാൻ കഴിവതും ശ്രമിക്കാറുണ്ട്.

പാതിയെ വിറ്റ് ജീവിച്ചവൻ

വിവാഹം കഴിഞ്ഞ് പ്രവാസലോകത്ത് എത്തിയ ഈ കഥയിലെ നായകൻ ഒരു മലയാളിയാണ്. സൗദി അറേബ്യയിൽ എത്തി എട്ടുമാസം കഴിഞ്ഞപ്പോൾ സ്വന്തം ഭാര്യയെ പ്രവാസലോകത്തേക്ക് കൂട്ടി കൊണ്ടു വന്നു, അതീവസുന്ദരിയായ ഭാര്യ പ്രവാസലോകത്തെ പ്രോഗ്രാമുകളിലും മലയാളി കൂട്ടായ്മകളിലും സൗന്ദര്യറാണിയായിരുന്നു. പല കൂട്ടായ്മ കളിലും സ്വന്തം ഭാര്യയുമായി എത്തുമ്പോൾ കൂട്ടുകാരോടൊപ്പം കൂടി മദ്യസൽക്കാരങ്ങളിൽ കുടുങ്ങി കഥാനായകൻ നല്ലൊരു മദ്യപാനിയായി മാറി. ഇവിടത്തെ (സൗദി) മദ്യം കുടിക്കുന്ന മനുഷ്യർക്ക് അറിയാം ബാറ്ററി ചേർത്ത് ഉണ്ടാക്കുന്ന പട്ടചാരായമാണ്. ഇതൊക്കെ കുടിച്ചു കുടിച്ച്, കാര്യമായി തന്നെ പുള്ളിക്ക് പണി കിട്ടി. മാസങ്ങൾ പിന്നിട്ട് മദ്യം ഇല്ലാതെ നിവർന്ന് നിൽക്കാൻ കഴിയാത്ത അവസ്ഥയായി, അങ്ങനെ സ്ഥിരമായി താൻ ജോലിയെടുക്കുന്ന സ്ഥാപനത്തിൽ മദ്യപിച്ച് കയറി ചെല്ലാൻ തുടങ്ങി. പലയാവർത്തി വാണിംഗ് കൊടുത്തിട്ടൊന്നും അയാൾ കാര്യമാക്കിയില്ല. അങ്ങനെ കമ്പനിയിൽനിന്ന് അയാളെ യാതൊരു മുന്നറി യിപ്പും ഇല്ലാതെ പുറത്താക്കി.

മലയാളി മാനേജ്മെന്റിലുള്ള ഒരു കമ്പനിയുടെ പ്രധാന സ്റ്റാഫ് ആയതുകൊണ്ട് അവർ പുറത്താക്കിയപ്പോഴും മറ്റ് എവിടെയെങ്കിലും തൊഴിൽ കണ്ടുപിടിക്കുവാൻ അവസരം കൊടുത്തു. പക്ഷേ, അയാളുടെ മദ്യപാനം ഇനിയൊരു ജോലി എന്ന സ്വപ്നം പോലും അയാളിൽ നിന്ന് നിഷേധിച്ചു, അയാളുടെ നിത്യ ജീവിതത്തിനുപോലും പണം കയ്യിലി ല്ലാതെ വളരെ ദുരിതം അനുഭവിക്കാൻ തുടങ്ങി. നിസ്സഹായനായ ആ യുവാവ് പണത്തിനുവേണ്ടി പല മാർഗങ്ങളും ശ്രമിച്ചു നോക്കി എല്ലാ യിടത്തും പരാജയപ്പെടുന്നതല്ലാതെ യാതൊരു ഗുണവും അയാൾക്ക് കിട്ടിയില്ല, പ്രവാസലോകത്ത് വന്ന് പട്ടിണി കിടന്നു മടുത്തപ്പോൾ ഒടുവിൽ അയാൾ കണ്ടുപിടിച്ച ഒരു മാർഗ്ഗമായിരുന്നു സുന്ദരിയായ തന്റെ ഭാര്യയെ മറ്റുള്ളവർക്ക് കാഴ്ച്ചവച്ച് പണം സമ്പാദിക്കുക എന്നത്.

പേരും പ്രതാപവും ഒക്കെയുള്ള ഒരു നല്ല കുടുംബത്തിൽ പിറന്ന പെൺകുട്ടി. ആ പെൺകുട്ടിയെ പല രീതിയിൽ ഭീഷണിപ്പെടുത്തി പല ഘട്ടങ്ങളിലായി മറ്റുള്ളവർക്ക് ശരീരം പങ്കുവയ്ക്കുവാനായി അവസരം ഒരുക്കിക്കൊടുത്തു.

തന്റെ സുഹൃത്ത്വലയത്തിലുള്ള പലരെയും റൂമിലേക്ക് കൂട്ടിക്കൊണ്ടു വരികയും, അവരോടൊക്കെ അടുത്തിടപഴകാൻ ഭാര്യയോട് ആവശ്യപ്പെടുകയും,അയാൾ മദ്യപിച്ച് ലക്ക് കെട്ട പോലെ അഭിനയിച്ച് ഏതെങ്കിലും ഒരു മൂലയിൽ മാറിക്കിടക്കുകയും ചെയ്യും ആദ്യമൊക്കെ അവൾ ഓരോ ആളുകൾ വന്നു പോകുമ്പോഴും അലമുറയിട്ട് നിലവിളിക്കുമായിരുന്നു, പിന്നെ പിന്നെ വിശപ്പ് എന്ന വികാരത്തെ മറികടക്കാൻ തന്റെ ശരീരം മറ്റുള്ളവർക്കായി പങ്കുവെച്ച് ശീലമാക്കി മാറ്റി. അങ്ങനെ സ്വന്തം ഭാര്യയെ മറ്റുള്ളവർക്ക് കൂട്ടിക്കൊടുത്ത് കിട്ടുന്ന പണം കൊണ്ട് വീണ്ടും അവൻ മൂക്കറ്റം മദ്യപിച്ചും, കൂത്താടിയും രാജാവിനെപ്പോലെ ജീവിക്കാൻ തുടങ്ങി. സുന്ദരിയായ തന്റെ ഭാര്യ ഇന്ന് പണത്തിനു വേണ്ടി സ്വന്തം ശരീരം മറ്റുള്ളവർക്കായി പങ്കുവെച്ചു കൊടുക്കുന്ന ഒരു വേശ്യയായി മാറി.

യാതൊരു മെയ്യനക്കവുമില്ലാതെ കൈനിറയെ കിട്ടുന്ന പണം കൊണ്ട് രാജവാഴ്ചയിൽ വർഷങ്ങൾ വഴി നടന്നുകൊണ്ടിരിക്കവെ അമിത മദ്യപാനം അദ്ദേഹത്തിന്റെ കരളിന് കാര്യമായ തകരാറ് തന്നെ നൽകി. ശരീരമാസകലം നീരും വേദനയുമായി അനങ്ങാൻ ആവാതെ ഇവിടെ (സൗദിയിൽ) ഒരു ആശുപത്രിയിൽ പ്രവേശിപ്പിച്ചു. രണ്ടുമൂന്നു ദിവസത്തെ ശുശ്രൂഷയ്ക്ക് ശേഷം ആശുപത്രിയിൽനിന്ന് പറഞ്ഞത് എത്രയും പെട്ടെന്ന് ഒരു ഓപ്പറേഷൻ ആവശ്യമാണ് അതിനായി നിങ്ങൾ നാട്ടിൽ പോകുന്നതാവും നല്ലത്.

എത്രയും പെട്ടെന്ന് വേണ്ട തീരുമാനം എടുത്തില്ലെങ്കിൽ കൂടുതൽ കാലം അദ്ദേഹം ജീവിച്ചിരിക്കില്ല. മുപ്പത്തി മൂന്നു വയസ്സ് മാത്രം പ്രായമുള്ള മലയാളിയായ ആ യുവാവ്. മൂന്നുവർഷക്കാലമായി ഇക്കാമയും മറ്റു രേഖകളും പുതുക്കാതെയാണ് നിൽക്കുന്നത്. അങ്ങനെയാണ് ഈ വിഷയം എന്റെ കയ്യിൽ എത്തുന്നത് ഞാൻ അവനെക്കുറിച്ച് അറിഞ്ഞപ്പോൾ എനിക്ക് പുച്ഛമാണ് തോന്നിയത്. പാതിയുടെ ശരീരം വിറ്റ് രാജവാഴ്ച നടത്തുന്നവൻ അവന് ദൈവം കൊടുത്ത ശിക്ഷ തന്നെയാണ് എന്ന് എനിക്ക് പറയേണ്ടി വന്നു. സാമൂഹ്യ പ്രവർത്തകൻ എന്ന നിലയ്ക്ക് നമ്മൾ ഇതൊക്കെ പറയുമെങ്കിലും മനസ്സാക്ഷി മരവിക്കാത്ത നമ്മുടെ മനസ്സ് പിന്നോട്ടു പോകാൻ അനുവദിച്ചില്ല. അയാൾ ജോലി ചെയ്തിരുന്ന കമ്പനിയിൽ പോയി സംസാരിച്ചു. മെഡിക്കൽ പേപ്പറുകളും മറ്റും നൽകി. തുടർന്ന് കമ്പനിയുടെ സഹായത്തോടുകൂടി എക്സിറ്റ് അടിച്ചു. അയാളുടെ ഭാര്യയെയും ഞങ്ങൾ അയാളോടൊപ്പം തന്നെ നാട്ടിൽ അയക്കാനുള്ള ഏർപ്പാടുകൾ ചെയ്തുകൊടുത്തു ഞങ്ങൾ കൊടുത്ത ടിക്കറ്റിൽ രണ്ടു പേരും നാട്ടിലേക്ക് പോയി. പക്ഷേ, അധികകാലം ആ മനുഷ്യന് ജീവൻ നിലനിർത്താൻ കഴിഞ്ഞില്ല. ഇവിടുന്നുപോയി മൂന്നുമാസം കഴിഞ്ഞപ്പോൾ ആ യുവാവ് മരണപ്പെട്ടു.

പ്രവാസ ലോകത്ത് ഇതുപോലെ ഞെട്ടിക്കുന്ന ചില കഥകൾ നമ്മൾ കേൾക്കാറുണ്ട്. നിങ്ങളും കേട്ടിട്ടുണ്ടാകും പല കഥകളും. പണത്തിനു വേണ്ടി ഇങ്ങനെ തുനിയുമ്പോൾ അവരുടെ ജീവിതമാണ് ഇല്ലാതാകുന്നത് എന്നവർ ഒരിക്കലും കരുതുന്നില്ല.

പരസ്പര വിശ്വാസവും മനസ്സിന്റെ പരിശുദ്ധിയും നഷ്ടപ്പെടുന്ന ചില ജീവിതങ്ങൾ, നാട്ടിലായിരുന്നാലും പ്രവാസ ലോകത്തായാലും ഇതുപോലെയുള്ള മനുഷ്യർ വിരളമല്ല അതിൽ ഒന്നുമാത്രം എന്ന് കരുതി ഇത് വായിക്കുക. ആളിന്റെ പേരോ, നാടോ വെളിപ്പെടുത്താൻ ഞാൻ ആഗ്രഹിക്കുന്നില്ല. ഇത് ഒരു ഓർമ്മപ്പെടുത്തൽ മാത്രം.

പ്രവാസി വലിച്ചെറിയപ്പെടേണ്ടവനോ?

വിജയകുമാർ എന്ന അമ്പത്തേഴുകാരൻ രണ്ടു വർഷം മുൻപാണ് പ്രവാസ ജീവിതം മതിയാക്കി നാട്ടിലേക്ക് മടങ്ങിയത്. എന്തേ! വീണ്ടും പ്രവാസ ലോകത്തേക്ക് അദ്ദേഹം മടങ്ങി വന്നു. എന്തേ കാരണം? എല്ലാവരും ചോദിക്കാൻ തുടങ്ങി, പക്ഷേ, വിജയകുമാർ ആ സത്യം ആരോടും പറയാൻ തയ്യാറല്ല കാരണം, രണ്ടു വർഷങ്ങൾക്കു മുമ്പേ പ്രവാസലോകം അവസാനിപ്പിച്ച് നാട്ടിലേക്ക് മടങ്ങുമ്പോൾ ഇനിയുള്ള കാലം സന്തോഷത്തോടുകൂടി കുടുംബത്തോടൊപ്പം പിറന്ന മണ്ണിന്റെ മണം ആസ്വദിച്ച് ജീവിക്കണമെന്ന് വീറോടെ എല്ലാവരോടും പറയുമായിരുന്നു. മൂത്ത മകൾ. ഡോക്ടർ, രണ്ടാമത്തെ മകൻ എം ബി എ കഴിഞ്ഞു നാട്ടിൽ ഒരു ട്രാൻസ്പോർട്ടിങ് കമ്പനി നടത്തുന്നു. മൂന്നാമത്തെ മകൻ എഞ്ചിനീയറിങ് കഴിഞ്ഞു സ്വന്തമായി കൺസ്ട്രക്ഷൻ കമ്പനി തുടങ്ങി, വളരെ നല്ല നിലയിലാണ് മൂന്നു മക്കളും ജീവിക്കുന്നത്. വിജയകുമാർ എന്നും എപ്പോഴും പറയാറുള്ള ഒരു കാര്യം എന്റെ ജീവിതത്തിലെ ഏറ്റവും വലിയ സമ്പാദ്യം എന്നത് എന്റെ മക്കളെ നല്ല രീതിയിൽ പഠിപ്പിക്കാൻ കഴിഞ്ഞു എന്നതാണ്.

നാട്ടിൽ സുഖമായി ജീവിക്കാനുള്ള എല്ലാ സംവിധാനങ്ങളും പ്രവാസ ജീവിതംകൊണ്ട് ഞാൻ നേടിയെടുത്തിട്ടുണ്ട്. എല്ലാം ഭാര്യയാണ് നോക്കിക്കാണുന്നത്. റബ്ബർ വെട്ടിയാൽ കുഴപ്പമില്ലാതെ കുടുംബം നല്ല രീതിയിൽ കഴിഞ്ഞു പോകാം, കുറച്ച് കടമുറികളുണ്ട്. അതും നല്ല രീതിയിൽ ഭാര്യ നോക്കുന്നുണ്ട്. വിജയകുമാറിന് റിയാദിൽ മൂന്ന് വർക്ഷോപ്പ് ഉണ്ടായിരുന്നു. ആ വർക്ഷോപ്പിൽ നിന്നുള്ള സമ്പാദ്യം കൊണ്ടാണ് നാട്ടിൽ ഇതൊക്കെ വാങ്ങിക്കൂട്ടിയത്. പക്ഷേ, എല്ലാം സ്വന്തം ഭാര്യയുടെ പേരിലാണ്. ഒരിക്കലും അദ്ദേഹം തന്റെ പേരിൽ ഒന്നും വാങ്ങിയില്ല. വീട്ടിൽ വാങ്ങിയ ഒരു കാർ പോലും വിജയകുമാറിന്റെ പേരിലില്ല. അപ്പോൾ നിങ്ങൾ പലരും ചിന്തിച്ചേക്കാം, ഇത്രയും വലിയ സാമ്പത്തികത്തിൽ ജീവിക്കുന്ന വിജയകുമാർ, മകൾ ഡോക്ടർ, മകൻ ബിസിനസുകാരൻ, മറ്റൊരു മകൻ കൺസ്ട്രക്ഷൻ കമ്പനി നടത്തുന്ന എൻജിനീയർ ഇത്രയും ഉന്നതിയിലുള്ള മക്കൾ, പിന്നെ എന്തിനാവും ഈ അമ്പത്തിയേഴാം

വയസ്സിൽ അയാൾ വീണ്ടും പ്രവാസ ലോകത്തേക്ക് മടങ്ങി വരാൻ കാരണം?

കാരണം എന്തെന്ന് വിജയകുമാറിന്റെ അടുത്ത സുഹൃത്തുക്കൾക്ക് ആർക്കും തന്നെ അറിയില്ല, അവരെല്ലാവരും പരസ്പരം പറഞ്ഞിരുന്നത് അത്യാഗ്രഹം തന്നെയാവും ഈ പ്രായത്തിലും വീണ്ടും ഇങ്ങോട്ടേക്ക് കയറി വരാൻ കാരണം എന്നാണ്. വിജയകുമാറും ഞാനുമായി വളരെ നല്ല ബന്ധത്തിലായിരുന്നു. നാട്ടിലേക്ക് പോകുന്നതിനു മുൻപേ ഇടയ്ക്ക് എന്റെ വാഹനം എന്തെങ്കിലും കേടുപാടുകൾ ഉള്ളപ്പോൾ വിജയ കുമാറിന്റെ വർക്ഷോപ്പിൽ കൊണ്ടുപോയി ശരിയാക്കാറുണ്ടായിരുന്നു. ഞങ്ങൾ തമ്മിൽ നല്ല അടുപ്പത്തിലായിരുന്നു. ആ ഒരു ബന്ധമായി രുന്നു വിജയകുമാറിന നാട്ടിൽ നിന്ന് എന്നെ വിളിക്കാൻ തോന്നിപ്പിച്ചത്

എനിക്ക് ഇപ്പോഴും ഓർമ്മയുണ്ട്. വളരെ ഇടറിയ സ്വരത്തിൽ എന്നോട് ദയനീയമായി ചോദിക്കുകയായിരുന്നു "റാഫി ഭായ് എനിക്കൊരു വിസ എടുത്തു തരുമോ?" ഞാൻ അപ്പോൾ ചോദിക്കുകയുണ്ടായി 'ഈ വയസ്സാം കാലത്ത് നിങ്ങൾക്ക് വേറെ പണി ഇല്ലേ. നാട്ടിൽ ഇത്രയും സമ്പത്തും സൗഭാഗ്യവും ഒക്കെ ഉണ്ടാക്കിയിട്ട്. അത്യാഗ്രഹം കൂടരുത്. "മക്കളെല്ലാം നല്ല നിലയിൽ ജീവിക്കുമ്പോൾ വീണ്ടും പ്രവാസ ലോകത്തേക്ക് വരുന്നത് ആളുകൾ കേട്ടാൽ തന്നെ എന്തു പറയും."

അതുകേട്ട് അല്പസമയം അയാൾ ഒന്നും മിണ്ടിയില്ല പിന്നീട് എന്നോട് പറഞ്ഞു. "അതൊക്കെ വന്നിട്ട് പറയാം എനിക്ക് എത്രയും പെട്ടെന്ന് ഒരു വിസ റെഡിയാക്കി തരണം വിസയുടെ ക്യാഷ് എന്റെ കയ്യിൽ ഇവിടെ യില്ല അവിടെ വന്ന ശേഷം ഞാൻ റെഡിയാക്കി തരാം എന്നെ കൈയൊഴിയരുത് റാഫി,"

പാവം ആ മനുഷ്യന്റെ ദയനീയമായ ചോദ്യം കേട്ട് എന്തോ പന്തി കേടുണ്ടെന്ന് ഞാൻ മനസ്സിലാക്കി ഞാൻ ഓക്കെ എന്ന് പറയുകയും ചെയ്തു. അങ്ങനെ എത്രയും പെട്ടെന്ന് വിസ ശരിയാക്കി ഞാൻ നാട്ടിലേ ക്കയച്ചു. അങ്ങനെ അമ്പത്തിയേഴാം വയസ്സിൽ അദ്ദേഹം വീണ്ടും പ്രവാസിയായി. അദ്ദേഹം നടത്തിവന്നിരുന്ന മൂന്ന് വർക്ഷോപ്പുകളുടെ പ്രതീക്ഷയിലാണ് ഈ പ്രായത്തിലും പ്രവാസം തിരഞ്ഞെടുത്തത്. പക്ഷേ, താൻ നടത്തിയ മൂന്നു വർക്ഷോപ്പുകളും തന്റെ തൊഴിലാളികൾക്ക് വിട്ടുകൊടുത്തിട്ടാണ് നാട്ടിലേക്ക് മടങ്ങിയത്. അന്ന് മടങ്ങിയപ്പോൾ എന്തെങ്കിലും മാസം ചെലവിന് എനിക്ക് അയച്ചു തരണമെന്ന് മാത്രം പറഞ്ഞു പോയി. തിരിച്ചു മടങ്ങി എത്തിയപ്പോൾ തന്റെ തൊഴിലാളികൾ അറബി യുമായി കശപിശ ഉണ്ടായി ആ വർക്ഷോപ്പുകൾ മറ്റു പലരു ടെയും കൈകളിലേക്കായി മാറിപ്പോയി. ഇന്ന് തന്റേതെന്ന് പറഞ്ഞിരുന്ന ആ വർക്ഷോപ്പുകൾ നിലവിലില്ല.

വിസ ആവശ്യപ്പെട്ട് എന്നെ അദ്ദേഹം വിളിക്കുമ്പോൾ വിജയകുമാർ എന്നോട് പറഞ്ഞത് ഒന്ന് മാത്രമായിരുന്നു "നീ പേടിക്കണ്ട, നിനക്കറിയാമല്ലോ എന്റെ അറബിക്ക് എന്നെ അത്ര കണ്ടിട്ട് ഇഷ്ടമാണ്, ഞാനിവിടെ വന്നു കഴിഞ്ഞാൽ അവൻ എനിക്ക് എന്തും ചെയ്തു തരും." ശരിയാണ് ആ അറബിക്ക് വിജയകുമാറിനെ അത്രയും സ്നേഹവും, വിശ്വാസവും ഒക്കെയുള്ള ഒരു വ്യക്തിയായിരുന്നു.

അന്ന് വിജയകുമാറും ഞാനുമായി ഒരുമിച്ചായിരുന്നു അറബിയെ കാണാൻ പോയത്. വിജയകുമാറിനെ കണ്ട ഉടൻ വല്ലാത്ത സന്തോഷത്തോടെ ആ അറബി ഓടിവന്ന് കെട്ടിപ്പിടിച്ച് സന്തോഷം പങ്കുവച്ചു. വർഷങ്ങളായുള്ള ബന്ധം കൂടുതൽ ദൃഢതയോടെ കൂട്ടി ഉറപ്പിച്ചു. അറബിയെ കെട്ടിപ്പിടിച്ചുകൊണ്ട് വിജയകുമാർ കരഞ്ഞു. അറബി വിജയകുമാറിനോട് ചോദിച്ചു "വിജയകുമാർ നീ എന്തിനാ കരയുന്നത്?" വിജയകുമാർ പറഞ്ഞു, "ഞാൻ ഒരിക്കലും നാട്ടിലേക്ക് എല്ലാം അവസാനിപ്പിച്ച് മടങ്ങണ്ടായിരുന്നു. എന്റെ മക്കൾക്ക് എന്റെ പണം മാത്രം മതി. എന്റെ ഭാര്യയ്ക്കും എന്റെ പണം മാത്രം മതി. അവർ നല്ല നിലയിൽ എത്തി. മക്കൾക്ക് എന്നെ അച്ഛൻ എന്ന് പറയുവാൻ പോലും ഇപ്പൊ കുറച്ചിലാണ്. എന്റെ മകളുടെ കല്യാണം കഴിഞ്ഞ വീട്ടിൽ ഞാൻ ചെല്ലുന്നത് എന്റെ മകൾക്ക് തീരെ പിടിക്കുന്നില്ല. എല്ലാം കുറച്ചിലാണ്. അച്ഛൻ പ്രവാസിയായിരുന്നു, വർക്ഷോപ്പിൽ ഗ്രീസിൽ കരിവാളിച്ച് നിന്ന് സമയത്ത് ആഹാരം പോലും കഴിക്കാതെ കഷ്ടപ്പെട്ട് പഠിപ്പിച്ച് മകളെ ഡോക്ടറാക്കി, അവളുടെ ഇഷ്ടത്തിന് തന്നെ ഒരു ചെറുക്കനെ കണ്ടെത്തി നല്ല രീതിയിൽ കല്യാണം കഴിച്ച് അയച്ചു. അവൾക്ക് ഇന്ന് അച്ഛൻ എന്ന് പറയുവാൻ നാണക്കേടാണ്. എന്റെ ഈ കോലം അവർക്ക് ഇഷ്ടപ്പെടുന്നില്ല. അവരുടെ സ്റ്റാറ്റസിന് അച്ഛൻ എന്ന് പറയുവാൻ പോലും നാണക്കേട്. അതുപോലെ മകന്റെ കല്യാണത്തിന് വേണ്ടി പെണ്ണിന്റെ വീട്ടിൽ നിന്ന് ആളുകൾ വന്നപ്പോൾ എന്നെ പരിചയപ്പെടാനോ ഒന്ന് സംസാരിക്കാനോ അനുവദിക്കാതെ അച്ഛൻ ഇവിടെയില്ല, ഗൾഫിലാണ് എന്ന് കള്ളം പറഞ്ഞു. അവരെന്നെ വീടിന്റെ പിന്നാമ്പുറത്തുള്ള വിറകുപുരയിലെ പഴയ സാധനങ്ങൾ സൂക്ഷിക്കുന്ന മുറിയിൽ ഇരുത്തി പൂട്ടുകയാണ് ചെയ്തത്. എന്റെ മക്കൾക്ക് അച്ഛന്റെ രൂപവും കോലവും ഉൾക്കൊള്ളാൻ കഴിയുന്നില്ല എന്നെനിക്ക് മനസ്സിലായി. പിന്നെ എനിക്ക് ഒരിക്കലും അവിടെ നിൽക്കണമെന്ന് തോന്നിയില്ല. ഞാൻ ഒറ്റ ഒരാൾ കഷ്ടപ്പെട്ട് ഇത്രയും നല്ല രീതിയിൽ പഠിപ്പിച്ച്, നല്ല രീതിയിൽ ആക്കിയ എന്റെ മക്കൾ, അച്ഛനെ വീട്ടിൽ വളർത്തുന്ന നായക്ക് കൊടുക്കുന്ന സ്ഥാനം പോലും തന്നില്ല എന്റെ ഭാര്യ, അവർക്ക് ഞാൻ ഒരു അന്യനെ പോലെയാണ്. അവളും ഞാനും ഒരുമിച്ച് മുറിയിൽ കിടന്നിട്ട് വർഷങ്ങൾ കഴിഞ്ഞു. കുറഞ്ഞത്

രണ്ടുവർഷത്തോളമായി. പ്രവാസ ലോകത്തുനിന്ന് മടങ്ങിപ്പോയശേഷം ഒരു മാസക്കാലം ഞങ്ങൾ ഒരുമിച്ച് കിടന്നു. പിന്നെ എന്റെ കിടത്തമൊക്കെ ഒറ്റക്ക് വീടിന് പുറത്ത് എരുത്ത് പോലെയുള്ള സ്ഥലങ്ങളിൽ മാത്ര മായിരുന്നു."

വിജയകുമാർ കരഞ്ഞുകൊണ്ട് അതൊക്കെ പറഞ്ഞപ്പോൾ ഇത് കേട്ട് നിന്ന അറബിയും, ഞാനും ഹൃദയം പൊട്ടി കരഞ്ഞുപോയി. എല്ലാം മനസ്സിലാക്കിയ അറബി ആ മനുഷ്യനെ ചേർത്തുപിടിച്ചുകൊണ്ട് പറഞ്ഞു, "നിനക്ക് ജീവിതകാലം മുഴുവൻ എന്റെ ഒരു സഹോദരനെ പോലെ ഇവിടെ ജീവിക്കാം. ഈ വർക്ഷോപ്പിൽ നിനക്ക് പറ്റുന്ന പണിയൊക്കെ ചെയ്യ്, അതല്ലെങ്കിൽ ഭാരിച്ച ഒരുപണിക്കുംക്കൊന്നും പോകണ്ട. ഞാൻ പുതിയ തായി പണിത ഒരു ബിൽഡിങ് ഉണ്ട് അവിടെ ഒരു റൂമിൽ നിനക്ക് താമസിക്കാൻ എല്ലാ സൗകര്യവും ഉണ്ട് അവിടെ ഇരുപത്തി ഏഴോളം ഫ്ളാറ്റുകളുണ്ട്. നീ അവിടത്തെ കാര്യമെല്ലാം നോക്കി അവിടെ നിന്നാൽ മതി."

അതുകേട്ട് ആ മനുഷ്യൻ പൊട്ടിക്കരയാൻ തുടങ്ങി എന്നിട്ട് എന്നെ നോക്കി കരഞ്ഞുകൊണ്ട്. പറഞ്ഞു. ഇത്രയും എന്നെ ഹൃദയത്തോട് ചേർത്തുവച്ച് സ്നേഹിക്കുന്ന ഒരു നല്ല മനുഷ്യനെ മറന്നുകൊണ്ടാണ് ഞാൻ എന്റെ മക്കളുടെ അടുത്തേക്ക് പോയത്, മുപ്പത് വർഷക്കാല ത്തോളം ഒരു സഹോദരനെപോലെ എന്നെ കണ്ടു. എന്നിട്ടും ഭാര്യ യോടും മക്കളോടും ഉള്ള അമിതമായ സ്നേഹംകൊണ്ട് അവരോടൊപ്പം ഉള്ള ജീവിതം സ്വപ്നം കണ്ടുകൊണ്ടാണ് നാട്ടിലേക്ക്' മടങ്ങിയത് പക്ഷേ, എന്റെ ഭാര്യ, എന്റെ മക്കൾ അവർക്ക് എന്നെ വേണ്ട. ഞാൻ കരിമ്പ് ചണ്ടിയെപോലെയാണ്, ഇപ്പോൾ ഒരു ഉപയോഗവും ഇല്ലാത്ത കരിമ്പ് ചണ്ടി. ഇതൊക്കെ കേട്ട് അറബി ഉടനെ മക്കളെ വിളിച്ചു. വിജയ കുമാറിന്റെ മുന്നിലേക്ക് കൊണ്ടുവന്നു അറബി പറയുകയുണ്ടായി. "എന്റെ മക്കൾ നിന്റെയും മക്കളാണ്. നിനക്ക് എപ്പോൾ വേണ മെങ്കിലും എന്റെ വീട്ടിൽ വരാം ഇത് നിന്റെയും വീടാണ്. നിന്നെ ഒരിക്കലും എന്റെ മക്കൾ ഈ വീട്ടിൽ നിന്ന് പുറത്താക്കില്ല." ആ അറബിയുടെ വാക്കുകൾ നമ്മുടെ മനസ്സിന് വല്ലാതെ കുളിർമ നൽകുന്നതായിരുന്നു. അറബിയുടെ ഓരോ വാക്കുകളും കേട്ടിട്ട് ഞാൻ വിജയകുമാറിനോട് പറഞ്ഞു "ഈ മണ്ണിന്റെ പുണ്യം തന്നെയാണ് ഈ അറബിയുടെ നന്മയേറിയ മനസ്സിലും. "നിങ്ങൾ ഭാഗ്യമുള്ളവനാണ് വിജയകുമാർ, നിങ്ങളുടെ മക്കൾ നിങ്ങളെ തള്ളിയെങ്കിൽ എത്രയോ സ്നേഹമുള്ള ഈ അറബിയുടെ മക്കൾ നിങ്ങളെ നെഞ്ചോട് ചേർത്ത് പിടിക്കുന്നു. ഇനിയുള്ള ജീവിതം പ്രവാസ ലോകത്ത് സന്തോഷത്തോടെ ജീവിക്കൂ. നിങ്ങളെ ഇവർക്ക് വേണം."

ആ മനുഷ്യന്റെ കണ്ണിൽ നിന്നും വന്ന കണ്ണീരിൽ സന്തോഷത്തിന്റെയും, സങ്കടത്തിന്റെയും തിളക്കമുള്ള നിറങ്ങൾ എനിക്ക് കാണാമായിരുന്നു.

കുറച്ചു വർഷങ്ങൾക്കു ശേഷം

2010 നവംബർ മാസം [illegible] തീയതി തനിക്ക് അഭയം തന്ന തന്റെ സ്വപ്നഭൂമിയായ സൗദി അറേബ്യയിൽ വച്ച് വിജയകുമാർ എന്ന ആ മനുഷ്യൻ മരണപ്പെടുകയുണ്ടായി. മരിക്കുന്നതിനു മുൻപേ ഒരു മരണക്കുറിപ്പ് എംബസിയെ അറിയിക്കാനായി അദ്ദേഹം എഴുതി തയ്യാറാക്കി വച്ചിരുന്നു, അതിന്റെ ഉള്ളടക്കം ഇങ്ങനെയായിരുന്നു, മരണത്തിനുശേഷം തന്റെ ശരീരം നാട്ടിൽ കൊണ്ടുപോകരുതെന്നും ഇവിടെ തന്നെ അടക്കം ചെയ്യണമെന്നുമായിരുന്നു. പക്ഷേ, സൗദി അറേബ്യയിൽ ആ കാലയളവിൽ റിയാദിന് ചുറ്റിപ്പറ്റിയുള്ള പ്രദേശങ്ങളിൽ മുസ്‌ലിം അല്ലാത്ത മതസ്ഥർ മരണപ്പെട്ടു കഴിഞ്ഞാൽ നാട്ടിൽ കൊണ്ടുപോവുക എന്നതാണ് നിയമം. പക്ഷേ, ദൈവം ആ മനുഷ്യന്റെ ആഗ്രഹത്തിന് കൂട്ടു നിൽക്കുകയായിരുന്നു. റിയാദിന്റെ പുറത്ത് അൽ അസ പോകുന്ന വഴിയിൽ മറ്റു മതസ്ഥരെ അടക്കുന്നതിന് വേണ്ടി പ്രത്യേക ഖബറിടം ഗവൺമെന്റ് തയ്യാറാക്കിയിട്ടുണ്ടായിരുന്നു.

ഏതായാലും ചില നൂലാമാലകൾക്കൊടുവിൽ വിജയകുമാറിന്റെ ആഗ്രഹം പോലെ തന്നെ സൗദിയുടെ ഈ മണ്ണിൽ അന്തിയുറങ്ങാൻ സാധിച്ചു. വിജയകുമാറുമായി ഏറ്റവും അടുത്ത് ജീവിച്ച ഒരു സുഹൃത്ത് എന്ന നിലയ്ക്ക് വിജയകുമാറിന്റെ ഒരുവിധം എല്ലാ കാര്യങ്ങളും എനിക്ക് അറിയാമായിരുന്നു. വിജയകുമാർ വിവാഹം കഴിച്ചത് സ്വന്തം അമ്മാവന്റെ മകളെയായിരുന്നു. അമ്മാവൻ മരണപ്പെട്ടപ്പോൾ ദുരിതത്തിലായ കുടുംബത്തെ ചേർത്തുപിടിച്ചുകൊണ്ടാണ് വിജയകുമാർ അമ്മാവന്റെ മകളെ വിവാഹം കഴിക്കുകയും, ഭാര്യയുടെ ഇളയ സഹോദരന്മാരെ നല്ല രീതിയിൽ പഠിപ്പിക്കുകയും ഒക്കെ ചെയ്തത്. സ്വന്തം അമ്മാവന്റെ മകൾ അന്യയല്ലല്ലോ. ആ വിശ്വാസമായിരുന്നു, വിജയകുമാറിന്. അങ്ങനെയാണ് തന്റെ സമ്പാദ്യം മുഴുവനും സ്വന്തം ഭാര്യയുടെ പേരിലേക്ക് വാങ്ങിയത്. ഒരു തുണ്ട് ഭൂമി പോലും വിജയകുമാർ തന്റെ പേരിൽ വാങ്ങിയിട്ടില്ല. സ്വന്തം കുടുംബത്തിനകത്തുള്ള ഭാര്യ, സ്വന്തം അമ്മാവന്റെ മകൾ എന്തിന് ഭയപ്പെടണം. വിജയകുമാർ പലപ്പോഴും ഇതൊക്കെ വാങ്ങുമ്പോൾ അദ്ദേഹത്തിന്റെ പല സുഹൃത്തുക്കളും പലരുടെ അനുഭവവും. വിജയകുമാറിന് പറഞ്ഞു കൊടുത്തതാണ്. വിജയകുമാർ അതൊക്കെ ചിരിച്ച് തള്ളി ഒരിക്കലും അവൾ എന്നെ വഞ്ചിക്കില്ല, ഞാനാണ് അവളെ പട്ടിണിയിൽ നിന്ന് കരകയറ്റിയത്. ആ വിശ്വാസമായിരുന്നു അയാൾ

മുറുകെ പിടിച്ചത്. എന്നാൽ ആ മനുഷ്യൻ ഒരിക്കലും പ്രതീക്ഷിക്കാത്തതായിരുന്നു പിന്നെ സംഭവിച്ചത്. അതുപോലെതന്നെ മക്കളും തന്നോട് ചെയ്ത ക്രൂരതയും, സ്വന്തം അച്ഛനെ തള്ളിപ്പറയുകയും മറ്റുള്ളവരുടെ മുന്നിൽ അച്ഛൻ എന്ന സ്ഥാനം കൊടുക്കാതെ അച്ഛനെ മാറ്റിനിർത്തുകയും ചെയ്തു. അങ്ങേയറ്റം ക്രൂരമായ പെരുമാറ്റങ്ങളാണ് മക്കളിൽ നിന്നുണ്ടായത്. രോഗം മൂർച്ഛിച്ചു സ്വന്തം മകളുടെ മുന്നിൽ ചികിത്സയ്ക്കായി എത്തുമ്പോൾ പലപ്പോഴും പുറത്തേക്ക് പറഞ്ഞു വിടുകയാണ് ചെയ്തത്. മറ്റു ആൺമക്കളോട് ചോദിച്ചാൽ ഒരു പിച്ചക്കാരന് കൊടുക്കുന്നത് പോലും തരാതെയായി. അങ്ങനെ ജീവിതം മടുത്തു. ആത്മഹത്യ ചെയ്യുവാനായി ശ്രമം നടത്തിയതാണ്. പിന്നീട് അയാൾ ഉറച്ച തീരുമാനമെടുത്തു. എനിക്കും ജീവിക്കണം. അറേബ്യൻ മരുഭൂമിയിലെ നല്ല സുഹൃത്തുക്കളും എന്നെ ജീവനുതുല്യം സ്നേഹിച്ച എന്റെ അറബിയും ഒക്കെയുണ്ട്. പിന്നെ എന്തിന് ഞാൻ മരിക്കണം. വിജയകുമാർ അന്ന് എന്നോട് ഇത് പറയുമ്പോഴും ആ കണ്ണുകളിൽ നിന്ന് രക്തമായിരുന്നു ഇറ്റു വീണത്.

വിജയകുമാറിന് തിരിച്ചു വരാൻ വിസക്ക് വേണ്ടി എന്നോട് ആവശ്യപ്പെട്ടപ്പോഴും അദ്ദേഹം കുടുംബ കാര്യം ഒന്നും പറഞ്ഞില്ല ഏതെങ്കിലും രീതിയിൽ ആ മനുഷ്യന് അവിടെ നിന്ന് രക്ഷപ്പെട്ട് ഇവിടെ എത്തിയാൽ മാത്രം മതിയായിരുന്നു. ഈ മണ്ണിന്റെ പുണ്യം വിജയകുമാറിന് അറിയാമായിരുന്നു. വിജയകുമാറിനെ സ്നേഹിക്കുന്ന എത്രയോ ആൾക്കാർ ഇവിടെ ഉള്ളതുകൊണ്ട് തന്നെയായിരുന്നു അയാൾ വീണ്ടും ഇവിടേക്ക് എത്തിയത്, അതുപോലെ ഈ മണ്ണിൽ അന്തിയുറങ്ങണമെന്ന ആഗ്രഹം അതും സാധിച്ചത് ആ മനുഷ്യന്റെ നന്മ മനസ്സുകൊണ്ട് മാത്രമാണ്. മരണപ്പെട്ടുപോയെങ്കിലും ഒരു തുള്ളി കണ്ണീരു പോലും വീഴാതെ അനാഥത്വത്തിൽ നിന്ന് പാവപ്പെട്ട സ്വന്തം അമ്മാവന്റെ മകളെ വിവാഹം കഴിച്ച്, ആ കുടുംബത്തെ മുഴുവൻ സംരക്ഷിച്ച, ആ മനുഷ്യനെ മനസ്സിലാക്കാത്ത ദുഷ്ടയായ ആ സ്ത്രീ ഇന്നും അയാൾ സമ്പാദിച്ച ആ വീട്ടിൽ വളരെ ആഡംബരത്തോടുകൂടി ജീവിക്കുന്നു.

പക്ഷേ, ദൈവം ചെറുതല്ല. ദൈവം വലിയവൻ തന്നെയാണ്. 2022 ൽ ഒരു വെള്ളിയാഴ്ച ദിവസം എനിക്ക് വിജയകുമാറിന്റെ ആ വീട്ടിൽ പോവാനായി ഒരു അവസരം ഉണ്ടായി. ആ വീട്ടിൽ നടന്ന സംഭവങ്ങളെക്കുറിച്ച് അന്വേഷിച്ചറിഞ്ഞപ്പോൾ അല്പം പോലും എന്റെ മനസ്സ് വേദനിച്ചില്ല. മൂത്തമകൻ ബിസിനസിൽ തകർന്നടിഞ്ഞ് പലരിൽ നിന്നും കടം വാങ്ങിയും മറ്റും കടബാധ്യത ഏറി ബാംഗ്ലൂരിൽ വച്ച് ആത്മഹത്യ ചെയ്തു, തൂങ്ങിമരിക്കുകയായിരുന്നു എന്നാണ് അറിയാൻ കഴിഞ്ഞത്. അതുപോലെ രണ്ടാമത്തെ മകനും തള്ളിപ്പറഞ്ഞ വാർദ്ധക്യം മൂലം അവ

ശനായ അച്ഛനേക്കാൾ വികൃത രൂപത്തിൽ ആയിരുന്നു എനിക്ക് കാണാൻ കഴിഞ്ഞത്.

കോവിഡ് കാലത്ത് അവന്റെ കൺസ്ട്രക്ഷൻ മേഖലയിൽ അങ്ങേയറ്റം തകർച്ച സംഭവിച്ചു. അവൻ കാരണം പാവം ആ മനുഷ്യൻ പ്രവാസ ലോകത്ത് കിടന്ന് കഷ്ടപ്പെട്ട് ഉണ്ടാക്കിയ എല്ലാ സ്വത്തുക്കളും ഇന്ന് കട ബാധ്യതയിൽ കുടുങ്ങിയിരിക്കുകയാണ്. ഡോക്ടറായ മകളാണെങ്കിലോ, ഭർത്താവിന്റെ വീട്ടിൽ അമ്മായിയമ്മയുമായി നിത്യവും പ്രശ്നമായി മടങ്ങി വീട്ടിൽ വന്ന് ഇരിപ്പാണ്. അവൾ മാനസികമായി വലിയ പ്രതി സന്ധിയിൽ കൂടിയാണ് ജീവിതം മുന്നോട്ടു നീക്കുന്നത്. ഏതു നിമിഷവും കിടപ്പാടം ഉൾപ്പടെ എല്ലാം വിൽപ്പനയ്ക്കുള്ള അവസ്ഥയിലാണ്. ഞാൻ ആ വീട്ടിലേക്ക് കടന്നു ചെന്നപ്പോൾ പുറത്തുനിന്ന് വല്ലാത്ത ഒരു നിലവിളി കേൾക്കുന്നുണ്ടായിരുന്നു

അത് ആരാണെന്ന് മകളോട് ചോദിച്ചപ്പോൾ അവൾ പറയുന്നത് കേട്ട് ഞാൻ ഞെട്ടിപ്പോയി. മാനസികനില തെറ്റിയ വിജയകുമാറിന്റെ പ്രിയപ്പെട്ട ഭാര്യ, അന്ന് മറ്റുള്ളവർക്ക് മുന്നിൽ വരാതിരിക്കാൻ, ആ പാവം മനുഷ്യനെ പാർപ്പിച്ചിരുന്ന ആ തൊഴുത്തിൽ കാലിൽ ചങ്ങലയിട്ട്, പേടി പ്പെടുത്തുന്ന കോലമുള്ള ഒരു സ്ത്രീ. എന്റെ മനസ്സിനെ വല്ലാതെ വേദനി പ്പിച്ചു. അതുകണ്ട് മകളോട് ഞാൻ പറയുകയുണ്ടായി. “നിങ്ങളുടെ അച്ഛൻ എത്രമാത്രമാണ്, ഈ കുടുംബത്തെ സ്നേഹിച്ചിരുന്നതെന്ന് നിങ്ങൾ ക്കറിയാമായിരുന്നോ?

ആ മനുഷ്യൻ മരുഭൂമിയിൽ കഷ്ടപ്പെട്ട സമ്പാദ്യമാണ് ഇതൊക്കെ, നിങ്ങളെ പഠിപ്പിച്ചു ഇത്രയും ഉയരങ്ങളിലേക്ക് എത്തിച്ച അച്ഛനെയാണ് നിങ്ങൾ ചവിട്ടിയിഴച്ചത്, ആ പാവം മനുഷ്യനെയാണ് നിങ്ങൾ വലിച്ചെറി ഞ്ഞത്. നിങ്ങൾക്കറിയൊ വാർദ്ധക്യം കടന്നു പിടിച്ച പ്രായത്തിൽ ആരോരുമില്ലാത്ത ഒരു അനാഥനെപോലെ അദ്ദേഹം തിരിച്ചു പ്രവാസ ലോകത്തേക്ക് മടങ്ങി. എത്തിയപ്പോൾ അദ്ദേഹത്തിന് സ്വന്തം മക്കൾ കൊടുക്കാത്ത സ്നേഹം ആയിരുന്നു അദ്ദേഹത്തിന്റെ അറബിയുടെ മക്കൾ കൊടുത്തത്. ആ സ്നേഹമാണ് അദ്ദേഹത്തിന് ഇന്ന് ആ മണ്ണിൽ അന്തിയുറങ്ങാൻ വാതിൽ തുറന്നത്. എന്റെ കയ്യിൽ വിജയകുമാറിന്റെ (അറബിതന്ന) അറുപത്തിഅയ്യായിരം റിയാൽ ഉണ്ടായിരുന്നു. അത് മകളെയും ഇളയ മകനെയും വിളിച്ചു നിർത്തി അവരുടെ കയ്യിൽ കൊടുത്തിട്ട് ഞാൻ പറഞ്ഞു. ‘നിങ്ങളുടെ അച്ഛൻ അവസാന നാളിൽ സമ്പാദിച്ച സമ്പാദ്യമാണ്, ഇത് വാങ്ങിക്കൊണ്ട് ഇതുവരെ ആ മനുഷ്യ നോട് ചെയ്ത തെറ്റിന് ദൈവത്തിനോട് മാപ്പ് ചോദിക്കുക. അച്ഛനു വേണ്ടി പ്രാർത്ഥിക്കുക. അമ്മയെ ചികിത്സിക്കുക. അത്രയും പറഞ്ഞുകൊണ്ട് ഞാൻ തിരിച്ചു മടങ്ങി.

വിജയകുമാറിന്റെ കുടുംബത്തിന്റെ അവസ്ഥ ഇന്ന് വളരെ പരിതാപകരമാണ്. ദൈവം വലിയവനാണ്, ദൈവം കൊടുത്ത ശിക്ഷയാവാം. ഒട്ടനവധി പ്രവാസികൾ വിജയകുമാറിന്റെ അവസ്ഥയിൽ ഇന്ന് പ്രവാസലോകത്തും മറ്റു പല ഭാഗങ്ങളിലും ജീവിക്കുന്നുണ്ട്. ഓരോ പ്രവാസികളും അല്പമെങ്കിലും സ്വന്തം ജീവിതത്തിനു വേണ്ടിയും, തന്റെ ശരീരത്തിനു വേണ്ടിയും ജീവിക്കുക. എല്ലാ കുടുംബങ്ങളിലും ഇങ്ങനെ ഇല്ല. എങ്കിലും, ഒരു ഇരുപത്തി അഞ്ചു ശതമാനം പ്രവാസി കുടുംബങ്ങളിലും വിജയകുമാറിനെ പോലെയുള്ള അവസ്ഥയുള്ളവരെ കാണാൻ കഴിയും....

ഒരു സാമൂഹ്യപ്രവർത്തകൻ എന്ന നിലയ്ക്ക് വിജയകുമാർ എന്ന വ്യക്തിയുടെ കുടുംബ സാഹചര്യവും ജീവിതവും യാതൊരു മറയുമില്ലാതെ എഴുതി വയ്ക്കുന്നത് ഇത് വായിക്കുന്ന ഓരോരുത്തർക്കും മനസ്സിൽ വേദനയോടു കൂടി വിജയകുമാറിന് വേണ്ടി പ്രാർത്ഥിക്കുവാനും. ഇനിയൊരു വിജയകുമാർ ഇതുപോലെ ജീവിക്കാതിരിക്കുവാനും ഇനി ആർക്കും ഇങ്ങനെ ഒരു കഥ എഴുതാതിരിക്കുവാനും വേണ്ടി മാത്രം.

മുഹമ്മദാലിയുടെ പിറകുമുളക്കാത്ത സ്വപ്നങ്ങൾ

1998 ഒരു തിങ്കളാഴ്ച ദിവസം ഞാൻ തിരുവനന്തപുരം ഇന്റർനാഷണൽ എയർ പോർട്ടിൽ നിന്ന് എയർ ഇന്ത്യ വിമാനത്തിൽ മുംബൈ വഴി റിയാദ് എന്ന സൗദി അറേബ്യയുടെ തലസ്ഥാന നഗരിയിലെ കിംഗ് ഖാലിദ് ഇന്റർനാഷണൽ എയർപോർട്ടിലാണ് വന്നിറങ്ങിയത്. പാസ് പോർട്ട് എമിഗ്രേഷൻ എല്ലാം കഴിഞ്ഞു. പുറത്തിറങ്ങിയ ഞാൻ പുതിയ ഒരു ലോകം കണ്ട കൗതുകത്തോടെ നിൽക്കുമ്പോൾ പല ടാക്സിക്കാരും എന്നോട് വന്ന് എന്തൊക്കെയോ ചോദിക്കുന്നു. എനിക്ക് അവരുടെ ഭാഷ ഒന്നും മനസ്സിലാവുന്നില്ല, എന്തു ചെയ്യണം എന്ന് അറിയാതെ മിഴിച്ചു നിൽക്കുമ്പോൾ എന്റെ മുന്നിലേക്ക് ഒരു വെള്ള കുപ്പായം ഇട്ട ഒരാൾ നടന്നടുത്തു. എന്റെ കയ്യിൽ നിന്ന് പാസ്പോർട്ട് അയാൾ വാങ്ങി. എന്നിട്ട്, കയ്യിൽ പിടിച്ചു മുന്നോട്ട് ആംഗ്യം കാണിച്ചു പറഞ്ഞു. എന്റെ കൂടെ വരാൻ, ഞാൻ എന്റെ സൗദി ആണെന്ന് കരുതി ആ അറബിയുടെ കൂടെ നടന്നു. ഒരു വലിയ ചവർലൈറ്റിന്റെ കാർ. വള്ളം പോലെ നീണ്ട വാഹനം.

അതിൽ കയറാൻ പറഞ്ഞു, കയറിയിരുന്നത് മാത്രം ഓർമ്മയുണ്ട്. റോക്കറ്റ് വിട്ടു പോകുന്നത് പോലെ ആ വാഹനം എങ്ങോട്ടേക്കോ ലക്ഷ്യം വച്ച് പായുകയാണ്. ഇതിനിടയിൽ അറബി ഒരു കുപ്പി വെള്ളം തന്നു. ദാഹിച്ച് അവശനായ ഞാൻ അത് ആർത്തിയോടെ വാങ്ങി കുടിച്ചു. കുറച്ചുനേരം കഴിഞ്ഞപ്പോൾ ഒരു പെട്രോൾ പമ്പിലെ സൈഡ് ചേർത്ത് അറബി വാഹനം നിർത്തി. വാഹനത്തിൽ പെട്രോൾ അടിക്കാൻ പമ്പിലെ ജോലിക്കാരോട് ഏല്പിച്ചിട്ട് ആ സമയം അടുത്തുള്ള സൂപ്പർ മാർക്കറ്റിൽ കയറി. ഒരു കീസീൽ എന്തൊക്കെയോ സാധനങ്ങളുമായി തിരികെ വന്ന് വാഹനത്തിൽ കയറി, കീസിൽ നിന്ന് കേക്കും. ജ്യൂസും എടുത്ത് എന്റെ കയ്യിലേക്ക് നീട്ടി. വളരെ സന്തോഷത്തോടുകൂടി അത് വാങ്ങി കയ്യിൽ വച്ചു ഞാൻ മനസ്സുകൊണ്ട് ആശ്വസിച്ചു. എത്ര നല്ല മനുഷ്യൻ. നമ്മുടെ കേട്ട് കേൾവിയിൽ നിന്നും വിപരീതമായ പെരുമാറ്റം, നാട്ടിൽ നിന്ന് വിസ ശരിയാക്കിയ ഏജന്റ് പറഞ്ഞ പ്രകാരം ഈ അറബിയുടെ സൂപ്പർമാർക്കറ്റിലെ പണിയാവും എനിക്ക് കിട്ടാൻ പോകുന്നത്, ഏതായാലും ഞാൻ രക്ഷപ്പെട്ടു, നല്ല മനുഷ്യത്വമുള്ള മനുഷ്യൻ. ഞാൻ മനക്കോട്ടകൾ കെട്ടാൻ തുടങ്ങി. എന്റെ പട്ടിണിക്ക്

അറുതി വരുത്താൻ പടച്ചവൻ തന്ന മാർഗ്ഗമാവും ഈ നല്ല മനുഷ്യന്റെ കീഴിലെ ജോലി.

സ്നേഹത്തോടുകൂടിയുള്ള പെരുമാറ്റവും, അറിയാത്ത ഭാഷയിൽ മുഖവും കൈയും ഇളക്കിയുള്ള സംസാരവും ഒക്കെ കണ്ട് മനസ്സ് തണുത്ത് ഞാൻ അല്പം ഉറങ്ങിപ്പോയി. പെട്ടെന്ന് അയാളുടെ യാ അള്ളാ സുറാ എന്ന വിളി കേട്ടാണ് ഞാൻ ഞെട്ടി ഉണരുന്നത്. കണ്ണുതുറന്ന് നോക്കുമ്പോൾ മണൽകൂനകൾക്ക് നടുവിൽ കാർ നിർത്തിയിട്ടിരിക്കുന്നു. അപ്പോഴാണ് എന്റെ പ്രതീക്ഷകളെ മുഴുവൻ തകിടം മറിച്ചുകൊണ്ട് എന്റെ ജോലി എന്താണെന്ന് ഞാൻ മനസ്സിലാക്കിയത്.

മരുഭൂമിയുടെ നടുവിൽ ആടുകളെയും, ഒട്ടകങ്ങളെയും മേയ്ക്കുന്ന ആരോരുമില്ലാത്ത വിജനമായ ആ മരുക്കാടിൽ ആടിനും, ഒട്ടകത്തിനും കാവൽക്കാരനായി,അവരുടെ ഇടയനായി ഒരു അടിമയായി കൊണ്ടു വന്നതാണെന്ന്. എങ്കിലും മനസ്സുകൊണ്ട് ഞാൻ ആശ്വസിച്ചു മനുഷ്യത്വ മുള്ള മനുഷ്യനാണല്ലോ എന്ന്.

പക്ഷേ, ഒന്ന് രണ്ട് ദിവസങ്ങൾ നീണ്ടു പോയില്ല എന്റെ കണക്കു കൂട്ടലുകൾ എല്ലാം തെറ്റി. ഒട്ടും ദയ ഇല്ലാത്ത മനുഷ്യൻ. തന്റെ ഒട്ടകങ്ങളെ നല്ല രീതിയിൽ പരിപാലിക്കുന്നതിന് വേണ്ടിയാണ് ഈ മരുഭൂമിയിൽ എന്നെക്കൊണ്ടിട്ടത്. ചില ദിവസങ്ങളിൽ പരിപാലനം നല്ല രീതിയിൽ നടന്നാലും നടന്നില്ലെങ്കിലും അറബി മാനസികമായി എന്നെ ബുദ്ധിമുട്ടി ക്കുകയും ശാരീരികമായും അങ്ങേയറ്റം പീഡിപ്പിക്കുവാനും തുടങ്ങി. കൃത്യമായി ശമ്പളം തരാതെയും, കിട്ടിയാൽ തന്നെ നാട്ടിലേക്ക് അയ യ്ക്കണം എന്ന് ഞാൻ പറയുമ്പോൾ എന്റെ കയ്യിൽ നിന്ന് അയാൾ തന്നെ ആ ദൗത്യം ഏറ്റെടുക്കുകയും ചെയ്യും. പക്ഷേ, എന്റെ കഷ്ടപ്പാടിന്റ വേതനം നാട്ടിൽ കിട്ടുന്നുണ്ടോ എന്നുപോലും ഞാൻ അറിഞ്ഞിരുന്നില്ല. നാട്ടിൽനിന്ന് വന്നിട്ട് ഏഴ് വർഷം കഴിഞ്ഞു. ഇതുവരെയും നാട്ടിൽ ഞാൻ വിളിച്ചിട്ടില്ല, അദ്ദേഹത്തിന്റെ കണ്ണീർ ധാരയായി ഒഴുകാൻ തുടങ്ങി. ഈ മരുഭൂമിയിൽ നിന്ന് രക്ഷപ്പെടണമെങ്കിൽ എങ്ങോട്ടു പോകണമെന്ന് അറിയാൻ വയ്യ. പലപ്രാവശ്യവും രക്ഷപ്പെടുന്നതിനു വേണ്ടി പല ശ്രമങ്ങളും നടത്തി. താൻ ജീവിച്ചിരിപ്പുണ്ടോ ഇല്ലയോ എന്ന് തന്റെ കുടുംബം അറിഞ്ഞിട്ടില്ല താൻ വിവാഹം കഴിഞ്ഞു രണ്ടു കുട്ടികളുടെ പിതാവും കൂടിയാണ്. എന്റെ കുട്ടികളുമായോ, ഭാര്യയുമായോ ഒന്ന് സംസാരിക്കു വാനും ഒരു കത്ത് എഴുതി പരസ്പരം വിവരങ്ങൾ അറിയുവാനും ഈ മരുക്കാട്ടിൽ നിന്നുകൊണ്ട് എങ്ങനെ സാധിക്കും. ഏഴു വർഷത്തിനിട യിൽ ഇതുവരെയും എനിക്ക് അതിന് കഴിഞ്ഞിട്ടില്ല അവിടെയാണ് മുഹമ്മദാലി എന്ന ഞാൻ അറേബ്യൻ മരുഭൂമിയിലെ മണൽ കാടിനുള്ളിൽ ഇത്രയും കാലം ജീവിച്ചത്. ഞാൻ ഉള്ള സ്ഥലത്തിന്റെ പേര് പോലും

എനിക്ക് അറിയാൻ കഴിയാത്ത അവസ്ഥയിലായിരുന്നു. ഇടയ്ക്കിടയ്ക്ക് ദൂരങ്ങളിൽ നിന്ന് വരുന്ന വലിയ വാഹനങ്ങൾ കാണാൻ കഴിയും. മരുഭൂമിയിൽ ഇതേപോലെയുള്ള ആട്ടിടയതാവളങ്ങൾ ഉണ്ടാവും. അവിടേക്ക് പോകുന്നതായിരിക്കും എന്ന് വെറുതെ ഊഹിക്കും. രണ്ടാഴ്ചത്തേക്ക് വേണ്ടി മാത്രം അറബി ഉണക്കകുബ്ബൂസും മറ്റു ചില സാധനങ്ങളും കൊണ്ടുവരും. അങ്ങനെ ദിവസങ്ങളും മാസങ്ങളും വർഷങ്ങളും പോയതറിയാതെ മരുഭൂമിയിൽ കാലങ്ങൾ തള്ളിനീക്കി.

പ്രതീക്ഷിക്കാതെ വന്നു വീണ മഴപോലെ ആയിരുന്നു അന്ന് ഒരു ദിവസം. ആ സുഡാനി പൗരൻ ലോറിയുമായി എന്റെ മുന്നിൽ പെട്ടത് മരുക്കാടിൽ എവിടെയോ വെള്ളമിറങ്ങിയിട്ട് വഴിതെറ്റി വരുകയായിരുന്നു. അങ്ങനെ വീണുകിട്ടിയ ആ അൽപനേരം അദ്ദേഹത്തിനോട് എന്റെ പ്രശ്നങ്ങൾ പറയുകയുണ്ടായി. ആ കരുണാകടാക്ഷം ഒന്നുകൊണ്ടു മാത്രമാണ് ആ മരുഭൂമിയിൽ നിന്ന് ഞാൻ രക്ഷപ്പെട്ടത്. മരുഭൂമിയിലെ കഷ്ടതകൾ എത്ര തന്നെ പറഞ്ഞാലും തീരാത്ത കാര്യമാണ്. വിഷജന്തുക്കളായ പാമ്പുകളും, തേളുകളും മരുഭൂമിയിലെ ഉഗ്രവിഷമുള്ള ഉറുമ്പുകളും ജീവിക്കുന്ന ആ മരുക്കാടിൽ ചൂടും തണുപ്പും അറിയാതെയായിരുന്നു ജീവിച്ചത്. അപ്പോൾ പലരും എന്നോട് ചോദിക്കാറുണ്ട്, നിങ്ങൾ മാത്രമാണോ ഇത് അനുഭവിക്കുന്നത്, എത്രയോ മനുഷ്യർ മരുഭൂമിയിൽ ഇതിനേക്കാളും വളരെ ദുരിതമേറി കിടക്കുന്നുണ്ട്. ഞാൻ അവരോട് പറഞ്ഞു. “മരുഭൂമിയിൽ അനുഭവിച്ച ജീവിതം ജീവിച്ച് അനുഭവിച്ചവർക്ക് മാത്രമേ അറിയൂ. ഒട്ടകങ്ങളുമായി നേരം വെളുത്ത് സൂര്യനുദിക്കുന്നതിനു മുമ്പേ മരുഭൂമിയിലെ പച്ചപ്പ് തേടി ഞാൻ ഒട്ടകങ്ങളുടെ കൂട്ടത്തിൽ സഞ്ചരിക്കാറുണ്ട്. വിശക്കുമ്പോൾ കഴിക്കാനായി ഉണങ്ങിയ കുറച്ചു റൊട്ടികളും ഒരു തോൽസഞ്ചിയിലെ വെള്ളവും മാത്രമാണ് കൂടെ കരുതുന്നത്. മരുഭൂമിയിൽ നോക്കെത്താ ദൂരത്ത് പൊള്ളുന്ന ചൂടത്തും തണുപ്പത്തും ഒട്ടകങ്ങളുമായി പച്ചപ്പ് തേടി നടന്നിട്ടുണ്ട്. എല്ലാ ദിവസവും നേരം അറിയാതെ ആകാശത്ത് വെള്ള പരക്കുമ്പോൾ പുറപ്പെട്ടിട്ട് സൂര്യൻ ചുവന്നു തുടുത്ത് ആഴിയിലേക്ക് മുങ്ങുമ്പോൾ മിണ്ടാപ്രാണികൾ ഒച്ചവച്ചു കരയുമ്പോഴാണ് തിരിച്ചെത്തുന്നത്. ഇതുതന്നെയാണ് ദിനേന നടന്നുകൊണ്ടിരുന്നത്.”

ഒട്ടകങ്ങൾക്ക് ഉണ്ടാകുന്ന പലതരം മാറ്റങ്ങൾക്കനുസരിച്ച് നമ്മൾ അറിഞ്ഞു പ്രവർത്തിക്കേണ്ടിയിരിക്കും. ഒട്ടകത്തിന്റെ പ്രസവ കാലങ്ങളിലും മറ്റു ചില സമയങ്ങളിലും മാനസിക വിഭ്രാന്തികൾ ഉണ്ടാവുമ്പോൾ നമുക്ക് ഭയമാണ്. ഒട്ടകങ്ങൾ കടിക്കുമോ ചവിട്ടുമോ എന്നറിയാതെ, പലപ്പോഴും ചവിട്ടേറ്റ് ദേഹമാസകലം നുറുങ്ങുന്ന വേദനയാൽ പുളഞ്ഞിട്ടുണ്ട്,

കിടക്കുന്ന കൂടാരത്തിനുള്ളിൽ എത്ര പ്രാവശ്യം വിഷപ്പാമ്പുകളെ കണ്ടിട്ടുണ്ട്. അതൊന്നു തൊട്ടാൽ മാത്രം മതി നമ്മളിൽ ജീവൻ അവശേഷിക്കില്ല, ചില ദിവസങ്ങളിൽ ഉണ്ടാകുന്ന അസാധ്യമായ ചുഴലി മണൽക്കാറ്റ് അതിന്റെ ഭയാനകമായ ശക്തിയിൽ പലപ്പോഴും ടെന്റുൾപ്പടെ തെറിച്ചു പോയി വീണിട്ടുണ്ട്. എന്റെ ശരീരത്തിന്റെ അകവും പുറവും മണൽ കൊണ്ട് മൂടി പൊതിഞ്ഞിട്ടുണ്ടാവും. പിന്നെ ദൈവം നമ്മെ മണ്ണാൽ പടച്ചത് കൊണ്ടും നമ്മൾ മണ്ണിലേക്ക് തന്നെ മടങ്ങേണ്ടവർ ആയതുകൊണ്ടും എന്തിന് ഭയപ്പെടണം എന്ന് കരുതി തട്ടിക്കുടഞ്ഞ് ചാടി എണീക്കും. അങ്ങനെ പലവിധ പരീക്ഷണങ്ങളിൽ നിന്നും. തലനാരിഴക്കാണ് പലപ്പോഴും ജീവനെ ശരീരത്തോട് ചേർത്ത് നിർത്തിയത്. അല്ലായിരുന്നുവെങ്കിൽ ആരോരുമറിയാതെ എന്നോ മണൽത്തിട്ടകൾക്കിടയിൽ ഞാനന്ന വ്യക്തി മണ്ണോട് ചേർന്നേനെ. അങ്ങനെ വർഷങ്ങൾ പോയതറിയാതെ മരുഭൂമിയിൽ ഞാൻ ജീവൻമരണ പോരാട്ടം നടത്തി എണ്ണിക്കഴിച്ച കാലത്തായിരുന്നു ആ സുഡാനിയായ പൗരൻ എന്നെ രക്ഷപ്പെടുത്തിയതും ഇന്ന് ഇവിടെ നിങ്ങളുടെ മുന്നിൽ എത്തിച്ചതും. മരുഭൂമിയിൽ വച്ച് മരിച്ചുപോയ എന്റെ പച്ചയായ ശരീരത്തിൽ ജീവൻ തിരിച്ചു വീഴുന്നതും അപ്പോഴാണ്.

പ്രിയമുള്ള സുഹൃത്തുക്കളെ, മരുഭൂമിയിൽ അകപ്പെട്ട മുഹമ്മദാലി എന്ന മലയാളിയായ യുവാവിന്റെ ഏഴു വർഷക്കാലത്തെ ദുരിതപൂർണമായ ജീവിതത്തിൽ നിന്ന് രക്ഷപ്പെടുത്തിയെടുത്തശേഷം അദ്ദേഹത്തിന്റെ ജീവിതാനുഭവങ്ങൾ, അയാൾ എന്നോട് പങ്കുവെച്ചത് നിങ്ങളിലേക്ക് എത്തിച്ചതാണ്.. ഏഴു വർഷങ്ങൾക്ക് ശേഷം നാട്ടിലേക്ക് മടങ്ങിയ മുഹമ്മദാലി മരുഭൂവിൽ കഴിച്ചുകൂട്ടിയ കാലയളവിൽ തന്റെ നാടുമായി യാതൊരു ബന്ധവുമില്ലായിരുന്നു. മുഹമ്മദാലി, മക്കളുടെ വളർച്ചയും മാതാവിന്റെ മരണവും മറ്റു ബന്ധുമിത്രാദികളുടെ മരണവും ഒന്നുമറിയാതെ ജീവിച്ചു. മുഹമ്മദാലി മരണപ്പെട്ടു എന്ന് കരുതി, അന്ന് പ്രവാസലോകത്തേക്ക് വരുന്നതിനു വേണ്ടിയും മറ്റും ബാങ്കിൽ വർഷങ്ങളായി ഇരുന്ന കിടപ്പാടത്തിന്റെ ആധാരം നല്ലവരായ ചിലർ ചേർന്ന്, ബാങ്കിൽനിന്ന് എടുത്തുകൊടുത്തു.

വിവാഹപ്രായം എത്തിനിൽക്കുന്ന മക്കൾ, കടക്കെണിയിൽ മുങ്ങിയ കുടുംബം, വെറും കയ്യോടെ നാട്ടിലേക്ക് മടങ്ങുവാനല്ലാതെ വേറെ മാർഗം ഒന്നുമില്ലാതിരുന്ന അദ്ദേഹത്തെ ഗൾഫ് മലയാളി ഫെഡറേഷൻ പ്രവർത്തകർ കൈനിറയെ നൽകിയ സമ്മാനങ്ങളും ചില നല്ല വ്യക്തികൾ നൽകിയ സഹായവുമായി നാട്ടിലേക്ക് കയറ്റി വിടാൻ കഴിഞ്ഞു. ഇതുപോലെ ജീവൻമരണ പോരാട്ടത്തിൽ അകപ്പെട്ടുപോകുന്ന ചില വ്യക്തികൾ മരുഭൂമിയിൽ കിടപ്പുണ്ട്. വർഷങ്ങളായി റോഡ് പോലും കാണാതെ

കിടക്കുന്ന ഈ മനുഷ്യർക്ക് മരുഭൂമിയിൽ ഒരു കൈത്താങ്ങുമായി അവരെ തേടി ആരും എത്താറില്ല. ഇത്തരത്തിൽ ദുരിതം പേറി ജീവിക്കുന്നവരെ തേടി അവരെ പുറംലോകത്തേക്ക് കൊണ്ടുവരുന്നതിന് വേണ്ടി അവർക്കായി സദാ സന്നദ്ധസഹായം നൽകാൻ ഇനിയും ഞങ്ങൾ തയ്യാറാണ്, ആരെങ്കിലും ഇങ്ങനെയുള്ള ആൾക്കാരെ കുറിച്ചുള്ള വിവര ങ്ങൾ നൽകുമെങ്കിൽ അവരെ രക്ഷപ്പെടുത്തുവാനും എംബസിയുടെയും പോലീസ് ഡിപ്പാർട്ട്മെന്റിന്റെയും സഹായം നമ്മൾ ചോദിക്കും. മാനുഷികമായ കരുണയുള്ള ഒരു കൂട്ടം മനുഷ്യർ ഞങ്ങളുടെ കൂടെയുണ്ട്. എല്ലാവർക്കും നന്മകൾ നേരുന്നു... വെളിപ്പെടുത്താത്ത ഒരുപാട് മരുഭൂമിയിലെ കഥകൾ ഞങ്ങൾക്ക് പറയാനുണ്ട്.

കുടുംബം മറന്ന പ്രവാസി

തിരുവനന്തപുരം സ്വദേശിയും എന്റെ നാട്ടിൽനിന്ന് ഒരു ഇരുപത് കിലോമീറ്റർ ദൂരെ താമസിക്കുന്ന അശോകൻ എന്ന ചെറുപ്പക്കാരൻ സൗദി അറേബ്യയിൽ ഏഴ് വർഷക്കാലം നാട്ടിൽ കുടുംബവുമായി യാതൊരു ബന്ധവുമില്ലാതെ കഴിഞ്ഞു. നാട്ടിൽ ഭാര്യയും രണ്ട് പെൺ കുട്ടികളും അടങ്ങുന്നതാണ് അയാളുടെ കുടുംബം.

ഞാൻ നാട്ടിൽ ലീവിന് പോയ സമയം, വീടിന്റെ ഉമ്മറത്ത് പത്രം വായിച്ചിരിക്കുമ്പോഴാണ് പരിചയമില്ലാത്ത കുറച്ചു മുഖങ്ങൾ വീട്ടിലേക്ക് കയറി വരുന്നത്. അത് അശോകന്റെ ഭാര്യയും രണ്ടു മക്കളും അശോകന്റെ അമ്മയും ഒരു സഹോദരിയും കൂടിയാണ് എന്റെ വീട്ടിലേക്ക് കയറി വന്നത്. വളരെ കുറച്ചുദിവസത്തെ അവധിക്ക് പോയപ്പോഴാണ് ഇവർ എത്തിയത്. ഇവരെ എന്റടുത്തേക്ക് പറഞ്ഞു വിട്ടത്, സൗദിയിലുള്ള എന്റെ ഒരു കൂട്ടുകാരൻ ആയിരുന്നു. അവർ പറഞ്ഞ കഥ കേട്ടപ്പോൾ വല്ലാത്ത സഹതാപം തോന്നി. അതിലുപരി അവരുടെ ഇപ്പോഴത്തെ അവസ്ഥ കേട്ടപ്പോൾ അങ്ങേയറ്റം വിഷമവും തോന്നി. ഏഴുവർഷത്തിനു മുമ്പേ അവരുടെ ഭർത്താവായ അശോകൻ അവർക്കുണ്ടായിരുന്ന പന്ത്രണ്ടു സെന്റ് സ്ഥലവും വീടും ബാങ്കിൽ പണയം വച്ചിട്ടാണ് സൗദി അറേബ്യ യിലേക്കുള്ള വിസ എടുത്ത് കയറിപ്പോയത്. അയാൾ പോയി നാലഞ്ചു മാസം നിരന്തരം വിളിക്കുകയും കൃത്യമായി പണം അയയ്ക്കുകയും എത്രയും പെട്ടെന്ന് ബാങ്കിലെ കടം തീർക്കുന്നതിന് വേണ്ടിയുള്ള ശ്രമം നടത്തിക്കൊണ്ടിരിക്കുകയുമായിരുന്നു. പക്ഷേ, ആ അഞ്ചു മാസങ്ങൾക്ക് ശേഷം ഇതുവരെ എന്തു സംഭവിച്ചു എന്നറിയാൻ കഴിയുന്നില്ല. ഞങ്ങളു മായി ഫോണിൽ ബന്ധപ്പെടാറില്ല. വിളിച്ചാൽ ഫോൺ കിട്ടാറില്ല. എന്താണ് എന്റെ കുട്ടികളുടെ അച്ഛന് സംഭവിച്ചത്. ഞങ്ങൾക്ക് ഒന്നും അറിയില്ല, അശോകന്റെ ഭാര്യ മല്ലിക കരഞ്ഞുകൊണ്ട് പറയുന്നതു കേട്ടിട്ട് ഒരു സാമൂഹ്യപ്രവർത്തകൻ എന്ന നിലയ്ക്ക് നാട്ടിൽ എന്റെ വീട് തേടി വന്നപ്പോൾ അവരുടെ അവസ്ഥ മനസ്സിലാക്കുകയും അശോകന് എന്തു സംഭവിച്ചു എന്ന് അറിയാൻ വേണ്ടി ഞാൻ അന്വേഷിക്കാം എന്ന് പറയുകയും കണ്ടു പിടിക്കാം എന്ന് വാക്ക് കൊടുക്കുകയും ചെയ്തു.

അവരോട് ഞാൻ ചോദിച്ചു "നിങ്ങൾ മറ്റ് അന്വേഷണങ്ങൾ നടത്തി യില്ലേ?" അദ്ദേഹം ജോലി ചെയ്തുകൊണ്ടിരുന്ന സ്ഥാപനത്തിൽനിന്ന്

മാറിപ്പോയി എന്നാണ് അറിയാൻ കഴിഞ്ഞത്. എവിടേക്കാണ് പോയത് എന്ന് അവർക്ക് അറിയാൻ കഴിയുന്നില്ല" എന്ന് പറഞ്ഞു. പല രീതിയിലും അന്വേഷണം നടത്തി എന്നാണ് അവർ പറയുന്നത്. അവരുടെ നാട്ടുകാരനായ ഒരു വ്യക്തിയും എന്റെ സുഹൃത്ത്വലയത്തിൽപ്പെട്ടയാളുമായ ഒരാൾ പറഞ്ഞതനുസരിച്ചാണ്, സൗദിയിൽ പോലീസുമായി ബന്ധപ്പെട്ട അന്വേഷണം നടത്തുന്നതിന് വേണ്ടി അവർ എന്റെ സഹായം ആവശ്യപ്പെട്ട് ഇവിടെ എത്തിയത്.

ഞാനവരെ സമാധാനത്തോടെ പറഞ്ഞു മനസ്സിലാക്കി. എന്നിട്ട് പാസ്പോർട്ട് കോപ്പിയും മറ്റു ഫോട്ടോയും ഉൾപ്പടെയുള്ള പേപ്പറുകൾ വാങ്ങിവച്ച് എന്നാൽ കഴിയുന്ന വിധം നോക്കാമെന്ന് പറഞ്ഞു. പോകാൻ നേരത്ത് അശോകന്റെ അമ്മ എന്റെ കയ്യിൽ പിടിച്ചുകൊണ്ട് "മോനെ ഏതെങ്കിലും രീതിയിൽ എന്റെ മോനെ നാട്ടിലെത്തിക്കണം. അവൻ അവിടെ എവിടെയോ ഉണ്ട്. അവൻ എന്തോ കുരുക്കിൽപെട്ടു എന്നാണ് എന്റെ മനസ്സ് പറയുന്നത്. മോൻ ഏതെങ്കിലും രീതിയിൽ എന്റെ പോന്നു മോനെ രക്ഷപ്പെടുത്തണം. ഈ രണ്ടു പെൺകുട്ടികൾക്ക് അവരുടെ അച്ഛനെ രക്ഷപ്പെടുത്തി കൊണ്ടുവരണം. മോൻ വിചാരിച്ചാൽ നടക്കും. എനിക്ക് ഉറപ്പുണ്ട്" എന്ന് പറഞ്ഞ് എന്റെ കൈ മുറുകെ പിടിച്ച് കരയുന്ന ആ അമ്മയുടെ മനസ്സ് എനിക്ക് കാണാതിരിക്കാൻ കഴിഞ്ഞില്ല, കൂടാതെ എല്ലാം നഷ്ടപ്പെട്ട നിരാശ മൂടിയ സ്ത്രീയുടെ മുഖം അശോകന്റെ ഭാര്യയിൽ കാണാൻ കഴിഞ്ഞു. വളരെ പ്രതീക്ഷയോടു കൂടി നിൽക്കുന്ന രണ്ടു പെൺകുട്ടികൾ. പത്തും പന്ത്രണ്ടും വയസ്സുള്ള മക്കൾ. സ്വന്തം അച്ഛനെ എങ്ങനെ കാണാൻ കഴിയും, എപ്പോൾ വരും എന്ന് പ്രതീക്ഷയോടെ കാത്തിരിക്കുന്ന രണ്ടു കുട്ടികൾ. അവിടെ ഞാൻ എന്റെ മക്കളെയാണ് കണ്ടത്. ഈ കുട്ടികൾ എന്റെ അടുത്ത് 'അങ്കിൾ എന്റെ അച്ഛനെ കണ്ടുപിടിച്ചു നാട്ടിൽ എത്തിക്കണമെന്ന്' പറയുമ്പോൾ. ഇത് നോക്കി നിൽക്കുന്ന എന്റെ മകളുടെ മുഖത്ത് ഞാൻ നോക്കി, ആ കുട്ടികളുടെ വാക്കുകൾ എന്റെ മകളുടെ മുഖത്തും കാണാൻ സാധിച്ചു. ഞാൻ വളരെ സമാധാനിപ്പിച്ച് 'അങ്കിൾ ശ്രമിക്കാം, എത്രയും പെട്ടെന്ന് കണ്ടുപിടിച്ച് നാട്ടിലെത്തിക്കാൻ തീർച്ചയായും ശ്രമിക്കാം' എന്ന് പറഞ്ഞുകൊണ്ട് സമാധാനിപ്പിച്ച് അവരെ അയച്ചു... മനസ്സിനെ വല്ലാതെ വേദനിപ്പിക്കുന്ന ഒരു നിമിഷമായിരുന്നു അത്.

അനേകം പ്രവാസികൾ പ്രവാസ ലോകത്തേക്ക് വരുമ്പോൾ വളരെ പ്രതീക്ഷയോടുകൂടി ആയിരിക്കും വരുന്നത്. അതേപോലെ നാട്ടിലും. സ്വന്തം കെട്ടുതാലി പോലും വിറ്റ് ഭർത്താവിനെ വിദേശത്ത് അയക്കുമ്പോൾ ഒരുപാട് നല്ല സ്വപ്നങ്ങൾ കാണുന്നുണ്ടാവും ഓരോ സ്ത്രീയും. എല്ലാ സ്വപ്നങ്ങളും തകർന്നടിയുമ്പോൾ ആ സ്ത്രീക്ക് ഉണ്ടാവുന്ന വിഷമം

എത്രമാത്രം ആയിരിക്കുമെന്ന് സ്ത്രീകൾക്ക് മാത്രമേ അറിയാൻ കഴിയൂ. ഭർത്താവും കുടുംബവും തന്റെ കുട്ടികളും നല്ലൊരു വീടും സ്വപ്നം കണ്ട് ജീവിക്കുന്ന ഓരോ സ്ത്രീകളും അവർക്ക് അവരുടെ ഭർത്താവിനെയും കുട്ടികളെയും കുറിച്ചുള്ള ചിന്തകൾ മാത്രമായിരിക്കും. അങ്ങനെ അല്ലാത്തവരും ഉണ്ടാകാം. അവരെ നമ്മൾ ഈ വരിയിൽ ഉൾപ്പെടുത്തുന്നില്ല...

ആ അമ്മയുടെ സംസാരവും ആ കുഞ്ഞുമക്കളുടെ മുഖവും എന്നെ വല്ലാതെ ചിന്താവിഷ്ടനാക്കി. പതിനാറ് ദിവസം കഴിഞ്ഞ് മടങ്ങി പോകാൻ ആയിരുന്നു എന്റെ പ്ലാൻ. ഇതിനിടയിൽ ഒരുപാട് കാര്യങ്ങൾ ചെയ്യാനുണ്ട്. നാട്ടിൽ വരുമ്പോൾ ഒരുപാട് വിഷയങ്ങളിൽ രാവിലെ തന്നെ ഇറങ്ങി തിരിക്കാറുണ്ട്. പല രോഗികളായ ആളുകളുടെ വിഷയങ്ങൾ. വീടില്ലാത്ത വിഷയമുള്ളവർ, പഠനസഹായത്തിനുള്ള സഹായങ്ങൾ, എന്നിങ്ങനെ നമ്മുടെ സംഘടനക്ക് പുറമെ വ്യക്തിപരമായി വരുന്ന ഏതൊരു വിഷയങ്ങളിലും ഞാൻ ഇടപെടാറുണ്ട്. ഏതൊരു സഹായവും നാട്ടിൽ പോകുമ്പോൾ ചെയ്തു കൊടുക്കാറുമുണ്ട്. പലപ്പോഴും വീട്ടിൽ ഭാര്യ ഉണ്ടാക്കുന്ന ആഹാരം പോലും കഴിക്കുവാനായി സമയം ഉണ്ടാവില്ല. രാവിലെ തിരിച്ചാൽ രാത്രിയിൽ അവ ഉറങ്ങിക്കിടക്കുമ്പോൾ ആയിരിക്കും അവരെ വന്ന് വിളിച്ചുണർത്തുന്നത്. പലപ്പോഴും ഭാര്യ എന്നോട് പറയാറുണ്ട് “നിങ്ങൾ പ്രവാസ ലോകത്ത് നിൽക്കുന്നതാണ് ഏറ്റവും നല്ലത്, ഇടയ്ക്കിടയ്ക്ക് ഫോൺ എങ്കിലും വിളിച്ച് സംസാരിക്കും. നാട്ടിൽ വന്നാൽ ഇവിടന്ന് ഇറങ്ങിക്കഴിഞ്ഞാൽ ഫോൺ പോലും വിളിക്കാറില്ല. അങ്ങോട്ടു വിളിച്ചാലും പലപ്പോഴും ഫോൺ കട്ട് ചെയ്യാറാണ്, അല്ലെങ്കിൽ സംസാരിക്കാതെ പിന്നെ വിളിക്കാം എന്ന് പറയും.” എന്റെ ഭാര്യക്ക് അറിയാം. ഞാൻ രാവിലെ ഇറങ്ങിക്കഴിഞ്ഞാൽ എന്റെ കാര്യത്തിനല്ല പോകുന്നതെന്ന്. എന്റെ ശരീരം നോക്കാതെ കൃത്യമായി ആഹാരംപോലും കഴിക്കാതെ ആയിരിക്കും മറ്റു പലരുടെയും ആവശ്യങ്ങൾക്കായി ഓടിനടക്കുന്നത്. പ്രവാസ ലോകത്തും അങ്ങനെ തന്നെയാണ്. അവധി കാലങ്ങളിൽ അവർ എന്റെ അടുത്തേക്ക് വരികയാണെങ്കിൽ ഭാര്യക്കും മക്കൾക്കും ഒപ്പം അവരുടെ ലോകത്ത് മാത്രം നിൽക്കാൻ ശ്രമിക്കുമെങ്കിലും അവരെ സന്തോഷിപ്പിക്കുവാനുള്ള ശ്രമം പലപ്പോഴും പാളിപ്പോയിട്ടുണ്ട്. രാവിലെ ഇറങ്ങിത്തിരിക്കുമ്പോൾ മറ്റുള്ളവരുടെ നൂറു വിഷയങ്ങൾ ചിലപ്പോൾ എന്റെ മണ്ടയിൽ കയറി വരും. എങ്കിലും കൃത്യമായി കുടുംബത്തെ ചേർത്തു പിടിച്ചുകൊണ്ട് തന്നെയാണ് ഞാൻ പോകാറുള്ളത്.

അശോകൻ എന്ന ഒരു വ്യക്തിയുടെ പ്രവാസ ജീവിതത്തിൽ തന്റെ ഭാര്യയേയും മക്കളെയും, അച്ഛൻ അമ്മ സഹോദരങ്ങളെ ഒക്കെയും വിട്ടെറിഞ്ഞുകൊണ്ട് പ്രവാസലോകത്തെ ഒളിമറകൾ തേടി എവിടെയാ

ണെന്ന് അറിയാത്ത അശോകനെ തേടിയാണ് എന്റെ തിരിച്ചു മടങ്ങുമ്പോൾ ഉള്ള ചിന്തകൾ. ഇങ്ങനെയുള്ള അന്വേഷണം പലപ്പോഴും ചെന്നെത്തുന്നത് ഇതുപോലെയുള്ള ഒന്നിലധികം അശോകന്മാരിൽ ആയിരിക്കും.

പ്രവാസലോകത്ത് അവർ ജീവിക്കുന്നുണ്ടാവും. തായ്ലന്റും ചൂതുകളിയും, മദ്യത്തിനും ഒക്കെ അടിമയായി. മറ്റു ഉടായിപ്പുകളും ആയി ജീവിക്കുന്ന എത്രയെത്ര പ്രവാസികൾ. നമ്മൾ ഒരാളെ അന്വേഷിച്ചിറങ്ങിയാൽ ഒന്നിലധികം അത്തരത്തിലുള്ള ആളുകളെ നമുക്ക് കാണാൻ കഴിയും. ഇത്തരം ശീലങ്ങളിലൊക്കെ പെട്ടു കഴിഞ്ഞാൽ പിന്നെ കുടുംബവുമായി യാതൊരു ബന്ധവുമില്ലാതെ ആവും അവരുടെ ജീവിതം. അഥവാ നാട്ടിലെത്തിയാലും മദ്യവും മറ്റു ദുശീലങ്ങളുമായി കുടുംബത്തെ ബുദ്ധിമുട്ടിച്ചു ജീവിക്കുന്ന അനേകം പേർ നമുക്കിടയിൽ തന്നെയുണ്ട്. അവിടെയാണ് അശോകൻ എന്ന വ്യക്തിയെക്കുറിച്ച് അന്വേഷിക്കുന്നതിനു വേണ്ടി ഞാൻ ശ്രമം നടത്തിയത്. വല്ല നിയമകുരുക്കുകളിൽപെട്ട്. ജയിലിൽ ആണോ അതോ മറ്റ് എന്തെങ്കിലും പ്രശ്നത്തിൽ അകപ്പെട്ടിട്ടുണ്ടോ എന്നൊക്കെ ചിന്താകുഴപ്പത്തിലായി. എന്തായിരുന്നാലും പ്രവാസലോകത്തേക്ക് ഞാൻ മടങ്ങിയിട്ട് ചിന്തിക്കാമെന്ന് തീരുമാനമെടുത്തു.

അങ്ങനെ തിരിച്ചു സൗദി അറേബ്യയിൽ ഞാൻ എത്തി. കുറച്ചു ദിവസം നാട്ടിൽനിന്ന് മടങ്ങുമ്പോൾ ഉണ്ടാകുന്ന ചില വിഷമങ്ങളും മറ്റുമൊക്കെ മനസ്സിൽ ഉണ്ടായിരുന്നു. കുട്ടികളെയും ഭാര്യയെയും മറ്റു കുടുംബക്കാരേയും സുഹൃത്തുക്കളേയുമൊക്കെ വിട്ടു നാടുമായിട്ടുള്ള ബന്ധത്തെ കൂട്ടിക്കലർത്തി എല്ലാ പ്രവാസികളുടെ ഇടയിലുമുള്ള ഒരു വേദന, നാട്ടിൽ നിന്ന് മാറുമ്പോഴുള്ള ആ ഒരു നീറ്റൽ അത് എനിക്കുമുണ്ടായിരുന്നു. ഒരാഴ്ചയെടുത്തു മനസ്സൊന്നു സമാധാനത്തിൽ ആകാൻ. അതിന്റെ ഇടയിൽ അശോകനെ കുറിച്ചുള്ള അന്വേഷണം ചെറുതായി തുടങ്ങി. പോലീസിൽ എന്റെ ഏറ്റവും അടുത്തൊരു സുഹൃത്ത് ക്യാപ്റ്റനുമായി സംസാരിച്ച് അശോകന്റെ പാസ്പോർട്ട് കോപ്പി കൊടുത്തു ചെക്ക് ചെയ്യുകയുണ്ടായി അയാൾ. അഞ്ചുവർഷമായി ഇക്കാമ (സൗദിയിലെ അശോകന്റെ ഐഡി) ഡേറ്റ് കഴിഞ്ഞിട്ട്. നാട്ടിൽ പോയിട്ടില്ല

അശോകന്റെ മറ്റു വിശദാംശങ്ങളൊക്കെ അന്വേഷിക്കുകയുണ്ടായി, മറ്റ് കേസുകളിൽ ഒന്നും പെട്ടിട്ടില്ല. പിന്നെ അശോകന് എന്ത് സംഭവിച്ചു എന്നതിനെക്കുറിച്ചുള്ള ഒരു അന്വേഷണമായിരുന്നു. എന്റെ സുഹൃത് ബന്ധങ്ങളിലും, മറ്റു വാട്സപ്പ് വഴിയും അശോകനെകുറിച്ചുള്ള അന്വേഷണം നടത്തിക്കൊണ്ടിരുന്നു. അപ്പോഴാണ് എന്റെ സുഹൃത്തായ തായിഫിൽ താമസിക്കുന്ന അജേഷ് എന്ന കുളത്തൂപ്പുഴ സ്വദേശി എന്നെ വിളിച്ചത്. അവൻ എന്നോട് പറയുകയുണ്ടായി. “അശോകൻ എന്ന ഈ വ്യക്തിയെ എനിക്കറിയാം ആൾ സൗദി അറേബ്യയിൽ തായിഫിൽ ഉണ്ട്.”

അജേഷിന്റെ ആ മറുപടി കേട്ടതും ഞാൻ ആകാംക്ഷയോടെ അയാളോട് ചോദിച്ചു. "നീ എപ്പോഴാണ് ഇയാളെ കണ്ടത്. "അത് ഇയാളും, ഭാര്യയുമായി ഇടയ്ക്കിടെ എന്റെ സുഹൃത്തിന്റെ ഷോപ്പിൽ വരാറുണ്ട്. അവിടെ വച്ച് ഞാൻ പലപ്പോഴും കണ്ടിട്ടുണ്ട്." ഞാൻ ഞെട്ടിപ്പോയി! ഭാര്യയുമായോ ഞാൻ അജേഷിനോട് പറഞ്ഞു. "അശോകന്റെ ഭാര്യയും മക്കളും നാട്ടിലാണല്ലോ. അവരാണ് എന്നോട് അശോകനെ കുറിച്ച് അന്വേഷിക്കുന്നതിനുവേണ്ടി പരാതി തന്നത്. അവരുടെ പരാതിയുടെ അടിസ്ഥാനത്തിലാണ് ഞാൻ അന്വേഷണം നടത്തിയത്." അപ്പോൾ അജേഷ് പറഞ്ഞു "എന്നാൽ സെറ്റപ്പ് വല്ലോം ആയിരിക്കും." അവിടെ എനിക്കൊരു കൃത്യത മനസ്സിലായി. അശോകൻ നാട്ടിൽ വിളിക്കാത്തതിന്റെ കാരണം പുതിയ ബന്ധമാവാം, കുട്ടികളെയും ഭാര്യയെയും മറന്ന് മറ്റൊരു സ്ത്രീയുമായിട്ടുള്ള ബന്ധംകൊണ്ട്. അജേഷിനോട് ഞാൻ ചോദിച്ചു "അവർ എവിടെയാണ് താമസിക്കുന്നത്." കൂടുതലൊന്നും അവന് അറിയില്ലെന്നാണ് മറുപടി പറഞ്ഞത്, ഞാൻ അവനോട് പറഞ്ഞു. "കൃത്യമായിട്ട് അവരെക്കുറിച്ച് വിവരം കിട്ടിക്കഴിഞ്ഞാൽ എന്നെ വിളിക്കണം, ഞാൻ അങ്ങോട്ട് വരാം." പ്രവാസലോകത്ത് ഇതേപോലുള്ള ചില വാർത്തകൾ നമുക്ക് കേൾക്കാൻ കഴിയും. അതിൽ ഒന്നു മാത്രമാണ് ഇത്. എന്തായിരുന്നാലും ഞാൻ ഏറ്റെടുത്ത ഒരു കാര്യമല്ലേ, സത്യം എന്താണെന്ന് മനസ്സിലാക്കിയശേഷം തീരുമാനമെടുക്കാം എന്ന് കരുതി സമാധാനിച്ചു. മൂന്നു ദിവസങ്ങൾക്ക് ശേഷം അജേഷ് എന്നെ തായിഫിൽ നിന്ന് വിളിച്ചു. അയാൾ താമസി ക്കുന്ന റൂമും അദ്ദേഹത്തിന്റെ കൂടെ വരുന്ന സ്ത്രീ ഒരു നേഴ്സ് ആണെന്നും അവിടെ ഒരു ഹോസ്പിറ്റലിൽ ജോലി ചെയ്യുകയാണ് എന്നൊക്കെ പറയുകയുണ്ടായി. ഞാൻ അജേഷിനോട് പറഞ്ഞു "എന്തായിരുന്നാലും രണ്ടു ദിവസത്തിന് ശേഷം ഞാൻ അങ്ങോട്ട് വരാം." അങ്ങനെ തിരക്കിനിടയിൽ ഇല്ലാത്ത സമയം ഉണ്ടാക്കി ഞാനും എന്റെ സുഹൃത്ത് വിപിനും കൂടി തായിഫിലേക്ക് പോവുകയുണ്ടായി. റിയാദിൽ നിന്ന് 700 കിലോമീറ്ററോളം ദൂരമുണ്ട്. എന്റെ വാഹനത്തിൽ തന്നെ യാത്ര തിരിച്ചു. തായിഫിൽ നിന്ന് ജിദ്ദയിൽ പോകേണ്ട ഒരു ആവശ്യമുണ്ടായിരുന്നു. ഒരു യാത്രയിൽ രണ്ടു കാര്യങ്ങൾ നടക്കുമല്ലോ എന്ന് കരുതി ഞങ്ങൾ യാത്ര തിരിച്ചു. അവിടെയെത്തി ഞങ്ങൾ അശോകൻ താമസിക്കുന്ന സ്ഥലത്ത് പോവുകയും താമസിക്കുന്ന റൂം ലക്ഷ്യം വച്ച് ഞാനും അജേഷും വിപിനും കൂടി ഫ്ളാറ്റിൽ ചെന്ന് ബെല്ലടിച്ചു. അശോകനാണ് വാതിൽ തുറന്നത്. അജേഷിനെ അശോകന് മുന്നെ കണ്ടിട്ടുള്ള പരിചയമുണ്ട്. ഞങ്ങളെ ആദ്യമായി കാണുകയാണ്. അതിന്റെ പരിഭ്രമം അയാളുടെ മുഖത്തുണ്ട്. അശോകൻ പറഞ്ഞു "നിങ്ങളെ എനിക്ക് മനസ്സിലായില്ലല്ലോ. എവിടുന്നാണ് വരുന്നത് എന്ന് ചോദിച്ചു. ഞാൻ പറഞ്ഞു "എന്റെ

പേര് റാഫി പാങ്ങോട്. ഇന്ത്യൻ എംബസിയുടെ കമ്മ്യൂണിറ്റി വെൽഫെയർ സോഷ്യൽ വർക്കർ ആണ്. നിങ്ങളെക്കുറിച്ച് ഒരു പരാതി കിട്ടിയതുകൊണ്ടാണ് വന്നത്." ഇത്രയും പറഞ്ഞപ്പോൾ തന്നെ അശോകന്റെ മുഖം വല്ലാതെ വിളറി. അശോകന്റെ ചുണ്ടുകൾ വിറയ്ക്കുന്നത് കണ്ടു. നിൽക്കുകയായിരുന്ന അശോകൻ പതുക്കെ അവിടെയിരുന്നു. അശോകനോട് ഞാൻ ചോദിച്ചു. "അശോകന് എന്താണ് സംഭവിച്ചത്? ഇപ്പോൾ ഏഴ് വർഷത്തിന് മുകളിലായില്ലേ നാട്ടിൽനിന്ന് വന്നിട്ട്. എന്താണ് കുടുംബവുമായി യാതൊരു ബന്ധവു മില്ലാത്ത ജീവിതം നയിക്കുന്നത്. അശോകന്റെ കുട്ടികൾ വളർന്നു. അവരെ ഒന്ന് കാണാനോ വിളിക്കാനോ എന്തുകൊണ്ട് തോന്നുന്നില്ല. ഭാര്യയുടെ 12 സെന്റ് സ്ഥലം ബാങ്കിൽ പണയം വച്ചാണ് അശോകൻ ഇങ്ങോട്ട് വന്നത്. അത് തിരിച്ചെടുക്കണം എന്നുള്ള വല്ല ചിന്തയും ഉണ്ടായിരുന്നോ."

എല്ലാം കേട്ടിട്ടും അശോകന് ഒരു മറുപടിയും ഇല്ലായിരുന്നു. ഇതിന്റെ ഇടയിൽ ഞാൻ പലതും ചോദിച്ചു മറുപടിയില്ലാതെ മുഖം വിളറി അശോകൻ അവിടെയിരുന്നു ഇടയ്ക്കിടയ്ക്ക് വിറക്കുന്ന മുഖത്ത് കയ്യിലിരുന്ന തോർത്തുമുണ്ടുകൊണ്ട് തുടയ്ക്കുകയുണ്ടായി. ഞാൻ അശോകന്റെ അടുത്തേക്ക് ചെന്ന് പറഞ്ഞു ഇനി ചിന്തിച്ചിട്ടു കാര്യമില്ല. ഇനി മുന്നോട്ടുള്ള കാര്യങ്ങളെ കുറിച്ച് അശോകൻ തീരുമാനമെടുക്കുക, ഇവിടെ താങ്കളുടെ കൂടെ താമസിക്കുന്ന സ്ത്രീ ആരാണെന്നോ താങ്കളും അവരുമായിട്ടുള്ള ബന്ധം എന്താണെന്നോ ഒന്നും ഞങ്ങൾക്കറിയേണ്ടതില്ല ഞങ്ങൾക്ക് ഒരു പരാതി കിട്ടി. ആ പരാതി അനുസരിച്ച് ഒരന്വേഷണം നടത്തി എന്ന് മാത്രം. അല്പമെങ്കിലും മനസ്സിൽ നന്മയുണ്ടെങ്കിൽ തന്റെ ഭാര്യയേയും കുട്ടികളെയും മറക്കാതിരിക്കുക, തന്റെ അമ്മ ഉൾപ്പെടെയുള്ളവരോട് നിങ്ങൾ ഏറ്റവും വലിയ വഞ്ചനയാണ് ഇതുവരെ ചെയ്തുകൊണ്ടിരുന്നത്, നിങ്ങളെയോർത്ത് പ്രാർത്ഥനയോടെ കണ്ണീരൊഴുക്കുന്ന ഒരു കുടുംബം. അവരോട് നീതി കാണിക്കുക ഉചിതം എന്ന് തോന്നുന്ന നല്ല ഒരു തീരുമാനമെടുക്കുക. ഈ വീട്ടിൽ അടുക്കള പണിയെടുത്ത്, അജ്ഞാതനെ പോലെ, കൂടെ താമസിക്കുന്ന സ്ത്രീയുടെ അടിമയായി ജീവിക്കുവാനാണ് നിന്റെ ഉദ്ദേശ്യമെങ്കിൽ എത്രകാലം നീ ഇങ്ങനെ ജീവിക്കും. നീ നിന്നെ കുറിച്ച് എന്നെങ്കിലും ചിന്തിച്ചിട്ടുണ്ടോ, നാളെ പോലീസ് പിടിക്കുകയാണെങ്കിൽ ഈ രാജ്യത്തിന്റെ നിയമപ്രകാരം നിന്റെ കയ്യിൽ ഇക്കാമയോ മറ്റു രേഖകൾ എന്തെങ്കിലുമുണ്ടോ? ഒന്നുമില്ലാതെ അഞ്ചുവർഷം നീ എങ്ങനെ തള്ളി നീക്കി. വ്യക്തമായി ഞാൻ ഓരോ കാര്യങ്ങൾ പറയുന്നത് കേട്ടപ്പോൾ അയാൾ എന്നോട് കരഞ്ഞുകൊണ്ട് പറഞ്ഞു. "സാറേ, എനിക്ക് നാട്ടിൽ പോകണമെന്നുണ്ട് പക്ഷേ, എങ്ങനെ? എവിടേയ്ക്ക് എന്നറിയില്ല. എനിക്ക് എന്റെ പ്രിയപ്പെട്ടവരെ

യെല്ലാം കാണണം അശോകന്റെ കണ്ണിൽനിന്ന് കണ്ണുനീർ ധാരധാര യായി ഒഴുകി. അവനിൽ ഉണ്ടായ തെറ്റുകുറ്റങ്ങൾ മനസ്സിലാക്കാൻ സ്വയം കഴിയുന്നുണ്ടെന്ന് എനിക്ക് മനസ്സിലായി. ഞാൻ പറഞ്ഞു "അശോകന്റെ ഭാര്യയെ ആദ്യം ഞാൻ വിളിക്കാം ഒരു കാരണവശാലും അശോകൻ ഇങ്ങനെ ഒരു സ്ത്രീയോടൊപ്പം താമസിക്കുന്ന വിവരം അവരെ അറിയിക്കേണ്ട. അറിഞ്ഞുകഴിഞ്ഞാൽ അവർക്കൊരിക്കലും താങ്ങാനാവില്ല. നിന്റെ കുട്ടികൾക്കും താങ്ങാൻ ആവില്ല. അത് ഉൾക്കൊള്ളാൻ കഴിഞ്ഞെന്നു വരില്ല. ഇതുവരെ നടന്നതെല്ലാം മറന്നുകൊണ്ട് ഇവിടെ ജയിലിലാ യിരുന്നു എന്ന് കള്ളം പറയാം. അതാണ് ഏറ്റവും നല്ലത്. അവർക്ക് കൊടുക്കാൻ പറ്റുന്ന ഏറ്റവും വലിയ സന്തോഷം അതായിരിക്കും." അശോകന് കുറ്റബോധം കൊണ്ട് ഒന്നും പറയാൻ വയ്യാതായി എന്റെ ഫോണിൽ തന്നെ ഞാൻ അശോകന്റെ ഭാര്യ മല്ലികയെ വിളിച്ചു, ഞാൻ വിളിച്ചിട്ട് പറഞ്ഞു "റാഫിയാണ്, അശോകൻ എന്റെ കൂടെയുണ്ട്," എന്റെ ആ വാക്കുകൾ കേട്ട് അവളുടെ തൊണ്ട ഇടറി. സന്തോഷം കൊണ്ട് എന്ത് പറയണം എന്നറിയാൻ വയ്യാത്ത അവസ്ഥ.

ഞാൻ പറഞ്ഞു "ഇത്രയും നാൾ അശോകൻ ജയിലിലായിരുന്നു. കുറച്ചുദിവസം കഴിയുമ്പോൾ ഏതെങ്കിലും രീതിയിൽ ജയിലിൽ നിന്ന് കയറ്റി വിടുന്നതാണ്, അശോകന്റെ കയ്യിൽ ഫോൺ കൊടുക്കാം" അശോകൻ ഫോൺ എടുത്തുകൊണ്ട് "ഹലോ" എന്ന് വിളിച്ചതും രണ്ടു പേരും പൊട്ടികരയാൻ തുടങ്ങി, പരസ്പരം കരച്ചിൽ അല്ലാതെ ഒന്നും പറയാനില്ലാത്ത അവസ്ഥ. ഞാൻ ഫോൺ തിരിച്ചു വാങ്ങിക്കൊണ്ട് മല്ലികയോട് പറഞ്ഞു. "എന്തായിരുന്നാലും അശോകനെ ഞാൻ കണ്ടു. എത്രയും പെട്ടെന്ന് നാട്ടിൽ കയറ്റി വിടാം അശോകൻ കുറച്ചു കഴിഞ്ഞിട്ട് സമാധാനത്തോടുകൂടി ഫോൺ ചെയ്യിപ്പിക്കാം എന്ന് പറഞ്ഞു, പെട്ടെന്ന് അശോകന്റെ നിലവിലുള്ള മൊബൈൽ നമ്പർ വാങ്ങി ഞാൻ അതിൽ നിന്ന് മല്ലികയെ വിളിച്ചു. ഈ നമ്പറിൽ അശോകനെ വിളിച്ചാൽ മതി എന്ന് പറഞ്ഞു. എന്നിട്ട് പതുക്കെ അശോകനെ പുറത്തേക്ക് വിളിച്ച് കുറച്ചു കാര്യങ്ങൾ ചോദിച്ചു.

റിയാദിൽ ജോലി ചെയ്ത നിങ്ങൾ എങ്ങനെ തായിഫിലേക്ക് എത്തി. "എനിക്ക് റിയാദിൽ ഒരു കമ്പനിയുടെ മെയിന്റനൻസ് ജോലിയായിരുന്നു. ഹോസ്പിറ്റലുകളിലും മറ്റും മെയിന്റനൻസ് ചെയ്യുന്ന കമ്പനിയായിരുന്നു. റിയാദിലെ ഒരു ഹോസ്പിറ്റൽ മെയിന്റനൻസ് ചെയ്തുകൊണ്ടിരിക്കു മ്പോൾ ആയിരുന്നു എന്റെ കൂടെ ഇപ്പോഴുള്ള ഈ സ്ത്രീയെ പരിചയ പ്പെടുന്നത്. ഈ സ്ത്രീ ഞാൻ ജോലി ചെയ്തുകൊണ്ടിരുന്ന ആ ഹോസ്പിറ്റ ലിൽ തന്നെയാണ് ജോലി നോക്കിയിരുന്നത്. പെട്ടെന്നാണ് അവർക്ക് തായിഫിലേക്ക് മാറ്റം കിട്ടിയത്. അങ്ങനെ അവരുടെ കൂടെ തായിഫിലേക്ക്

വന്നതാണ്. കമ്പനി രണ്ടു വർഷക്കാലം ഇക്കാമ ഒക്കെ അടച്ചിരുന്നു. പിന്നെ പുതുക്കി തന്നില്ല. എന്നെ ചാട്ടക്കാരുടെ ലിസ്റ്റിൽ കൊടുത്തിരിക്കുകയാണ്.''

അവരോടൊപ്പമുള്ള താമസമാവാം നാട്ടിലുള്ള തന്റെ കുടുംബത്തെ മറന്നു ജീവിക്കാൻ അശോകൻ എന്ന ചെറുപ്പക്കാരനെ പ്രേരിപ്പിച്ചത്. അശോകനോട് ഞാൻ ചോദിച്ചു "ഈ സ്ത്രീക്ക് നാട്ടിൽ കുടുംബമൊന്നുമില്ലേ?''

"ഭർത്താവുമായി പിണക്കത്തിലാണ്. ഒരു കുട്ടിയുണ്ട്. വീണ്ടും ഞാൻ ചോദിച്ചു "നാട്ടിൽ പോകാറില്ലേ?" "ഒരു മാസത്തേക്ക് പോകും. പെട്ടെന്ന് തിരികെ വരികയും ചെയ്യും." എന്തായിരുന്നാലും ഇതുവരെ എത്തിയതല്ലേ അശോകൻ നാട്ടിലേക്ക് ഒന്ന് തിരികെ പോവുക. ഈ സ്ത്രീയും ആയിട്ട് ഞങ്ങൾ സംസാരിക്കാം അവർ എപ്പോൾ വരും എന്ന് ഞാൻ ചോദിച്ചു വൈകുന്നേരം ഏഴ് മണിയാകും എന്ന് പറഞ്ഞു. രാത്രിയിൽ എട്ടു മണിയാവുമ്പോൾ ഞങ്ങൾ ഇവിടെ എത്താം എന്ന് പറഞ്ഞുകൊണ്ട് ഞങ്ങൾ അവിടുന്ന് തിരിച്ചു.

ഞാനും അജേഷും വിപിനും അവിടെ നിന്ന് ഇറങ്ങി തായിഫിന്റെ ചില ഭാഗങ്ങൾ കറങ്ങി കാണാൻ തീരുമാനിച്ചു. തായിഫ് എന്ന് പറയുന്ന മനോഹരമായ ടൂറിസം മേഖല പ്രത്യേക കാലാവസ്ഥയുള്ള മനോഹര പൂന്തോട്ടങ്ങളാൽ ചുറ്റപ്പെട്ട, കണ്ണിന് കുളിർമ നൽകുന്ന മനോഹര കാഴ്ചകളും സമ്മാനിക്കുന്ന ഒരു പ്രദേശമാണ്. കിട്ടിയ സമയത്തിനുള്ളിൽ ആ പ്രദേശങ്ങളുടെ മിക്കഭാഗങ്ങളും ഒന്ന് വാഹനത്തിൽ കറങ്ങി കണ്ടു. കൃത്യം എട്ടു മണിയായപ്പോൾ തന്നെ ഞങ്ങൾ അശോകന്റെ ഫ്ളാറ്റിലേക്ക് വന്നു. ഞങ്ങൾ ബെല്ലടിച്ചു. അശോകൻ തന്നെ വന്നു കതക് തുറന്നു. ഞങ്ങൾ അവിടെ സോഫയിലിരുന്നു അശോകനോട് "സിസ്റ്ററെ ഒന്ന് വിളിക്കാമോ" എന്ന് ചോദിച്ചു. ഞങ്ങൾ വിളിച്ചിട്ടും അവർ പുറത്തേക്കിറങ്ങിവന്നില്ല. കുറച്ചുനേരം ഞങ്ങൾ അവരെ കാത്ത് അവിടെയിരുന്നു. അവർ മുറിയ്ക്കകത്ത് കയറി വാതിൽ പൂട്ടിയിരുന്നു.

അശോകന്റെ അടുത്ത് ഞങ്ങളെ കാണണ്ട എന്നാണ് ആ സ്ത്രീ പറഞ്ഞത്. ഞാൻ വാതിലിന്റെ അടുത്ത് ചെന്നിട്ട് അവരോട് പറഞ്ഞു "നിങ്ങൾ ചെയ്യുന്നത് തെറ്റൊ ശരിയോ എന്ന് എനിക്കറിയില്ല. ഒന്നു മാത്രം ചിന്തിക്കുക. ഏഴു വർഷക്കാലമായി ഒരു ഭാര്യയും രണ്ടു കുട്ടികളും അശോകന്റെ അമ്മയും മറ്റു ബന്ധുക്കളും അയാളെ കാത്തിരിക്കുന്നത് നിങ്ങൾ ചിന്തിക്കണം. ഇത്രയും കാലമായി അവർക്ക് ഒരു റിയാൽ പോലും ചെലവിനയച്ചിട്ടില്ല. ബാങ്കിൽ പണയം വച്ച ആ വീടും പുരയിടവും അതിന്റെ അവസ്ഥ എന്താണെന്ന് പോലും ചിന്തിച്ചിട്ടില്ല. ദൈവം എന്ന്

പറയുന്ന വലിയൊരു സത്യം ഉണ്ട്. നിങ്ങളെയും എന്നെയും ഒക്കെ സൃഷ്ടിച്ചവൻ! നിങ്ങൾ കാണിച്ച ഈ തെറ്റ്. അത് തെറ്റ് തന്നെയാണ്. എങ്കിലും നിങ്ങൾക്ക് ഒന്നു ചെയ്യാമായിരുന്നു നാട്ടിലുള്ള കുട്ടികളുടെ കാര്യവും അശോകന്റെ കുട്ടികൾ കിടക്കുന്ന വീടിന്റെ കാര്യവും ഒക്കെ ഒന്ന് ഓർക്കാമായിരുന്നു. അത് ബാങ്കിൽ നിന്ന് ഒഴിവാക്കി കൊടുക്കാമായിരുന്നു. ആ പാവം മനുഷ്യരോട് യാതൊരു കരുണയും ഇല്ലാതെ നിങ്ങൾ രണ്ടുപേരും കൂടി ചെയ്യുന്നത് തെറ്റാണോ? അതൊ ശരിയാണോ? എന്ന് നിങ്ങൾ ചിന്തിക്കുക. റിയാദിൽ നിന്ന് ഞാൻ ഇവിടെ വന്നുവെങ്കിൽ അതിന്റെ ഗൗരവം എന്താണെന്ന് നിങ്ങൾ ചിന്തിക്കുക. ഈ അശോകൻ അഞ്ചുവർഷമായി ഇക്കാമയോ ഒന്നുമില്ലാതെ ഇവിടെ നിൽക്കുന്നു. അതിന്റെ ബുദ്ധിമുട്ടിനെ കുറിച്ച് നിങ്ങൾ വല്ലതും ചിന്തിച്ചു നോക്കിയിട്ടുണ്ടോ. അശോകനെ പോലീസ് പിടിച്ചു കഴിഞ്ഞാൽ നേരെ ജയിലിലേക്ക് കൊണ്ടുപോയി നാട്ടിൽ കയറ്റി വിടും. നിങ്ങൾ രണ്ടുപേരും ചിന്തിക്കാത്ത ഒരു കാര്യം അതാണ്. സൗദിയുടെ നിയമങ്ങളും നിയമക്കുരുക്കുകളും നിങ്ങൾക്കറിയാത്തതുകൊണ്ടാണ്. നിങ്ങളുടെ കേസ് ഇന്ത്യൻ എംബസിയിൽ പരാതിയായി വന്നിട്ടുണ്ട്. രണ്ടുപേരും കൂടി തീരുമാനിക്കുക. നിങ്ങളുടെ രഹസ്യങ്ങൾ നിങ്ങളിൽ തന്നെ ഒതുങ്ങി നിൽക്കട്ടെ, ഞങ്ങൾ ഈ മൂന്നുപേരും മാത്രമേ ഈ കാര്യങ്ങൾ അറിഞ്ഞിട്ടുള്ളൂ, നാട്ടിൽ മറ്റാരും അറിഞ്ഞിട്ടില്ല. അശോകൻ ജയിലിലാണ് എന്നാണ് ഞങ്ങൾ നാട്ടിൽ അറിയിച്ചത്.'' ഞാൻ ഇത്രയും പറഞ്ഞപ്പോൾ അതുവരെ തുറക്കാത്ത വാതിൽ തുറന്നു.

ആ സ്ത്രീ എന്നോട് ചോദിക്കുകയാണ്. "സാർ, ഞാൻ എന്ത് ചെയ്യണം അശോകൻ ചേട്ടനെ എനിക്ക് വിട്ടുകൊടുക്കാൻ പറ്റില്ല, അദ്ദേഹത്തെ വിട്ട് ഒരു ജീവിതം എനിക്കില്ല." ഞാൻ ചോദിച്ചു ഇക്കാമ ഇല്ലാതെ നിങ്ങൾ എത്രനാൾ ഇദ്ദേഹത്തിനെ ഇവിടെ പിടിച്ചു വയ്ക്കും. അതേപോലെതന്നെ നാട്ടിൽ കിടക്കുന്ന അദ്ദേഹത്തിന്റെ കുട്ടികളെക്കുറിച്ച് നിങ്ങൾ ചിന്തിച്ചിട്ടുണ്ടോ. അശോകന്റെ ഭാര്യ കുടുംബശ്രീയിൽ പണിയെടുത്തുകൊണ്ടാണ് ആ കുട്ടികൾക്ക് ആഹാരം വാങ്ങി കൊടുക്കുന്നത്, അശോകന്റെ അമ്മ കിടപ്പിലാണ്. ബാങ്കിൽ നിന്ന് ഇങ്ങോട്ട് വരാൻ വേണ്ടി എടുത്ത പണം പലരുടെയും സഹായത്താലാണ്. ഏതു നിമിഷവും അവരെ ആ വീട്ടിൽ നിന്ന് പുറത്താക്കാം. അതിന്റെയൊക്കെ ശാപം നിങ്ങൾക്ക് കിട്ടും."

അവർ എന്നോട് ചോദിച്ചു "ബാങ്കിൽ എത്രയുണ്ട് കടം അറിയാമോ?"

"ഞാനറിഞ്ഞത് പ്രകാരം പലിശസഹിതം അഞ്ചര ലക്ഷം ഇപ്പോൾ നിലവിലുണ്ട്. "അത് ഞാൻ അടയ്ക്കാം സാർ" "അടയ്ക്കുന്നത് നല്ലതു തന്നെയാണ്" എന്ന് ഞാൻ പറഞ്ഞു "ഇത്രയും കാലം നിങ്ങൾ ചെയ്തു

കൊണ്ടിരിക്കുന്ന തെറ്റിന് ഒരു ചെറിയ സഹായം മാത്രം. അത് നിങ്ങൾക്ക് തീരുമാനിക്കാം" എന്ന് പറഞ്ഞു.

ഞാൻ അശോകനോട് ചോദിച്ചു "നിനക്ക് ഒന്നും പറയാനില്ലേ?" അശോകൻ പറഞ്ഞു "ഞാനെന്തു പറയാൻ." "നാട്ടിലുള്ള നിന്റെ ഭാര്യ യെയും മക്കളെയും നിനക്ക് വേണ്ടേ." നിന്നെ പത്തുമാസം ചുമന്ന് പെറ്റ പെറ്റ അമ്മയെയും നിനക്ക് വേണ്ടേ? അശോകൻ ഒന്നും മിണ്ടുന്നില്ല. ഞാൻ വീണ്ടും പറഞ്ഞു "നിന്റെ ഇപ്പോഴത്തെ മിണ്ടാട്ടമില്ലായ്മ നാളെ ദുഃഖിക്കേണ്ടിവരും." ആ സ്ത്രീ എന്നോട് വീണ്ടും ചോദിച്ചു. "ഇദ്ദേഹ ത്തിന് ഏതെങ്കിലും രീതിയിൽ ഇക്കാമ പുതുക്കാനുള്ള എന്തെങ്കിലും സഹായം ചെയ്തു തരാമോ?" യാതൊരു രേഖയുമില്ലാഞ്ഞിട്ടുപോലും കുറച്ച് സവാ കാർഡിന്റെ കച്ചവടം ഒക്കെ ചെയ്തിരുന്നു. ചെക്കിംഗ് എല്ലാം കൂടിയതുകൊണ്ടാണ് ഇപ്പോൾ നിർത്തിയത്. "ഇദ്ദേഹത്തിന്റെ ഇക്കാമ പുതുക്കി ഇദ്ദേഹം രണ്ടു മാസത്തേക്ക് നാട്ടിൽ പോകട്ടെ. അതിനുവേണ്ട എന്ത് വേണമെങ്കിലും ഞാൻ ചെയ്തു കൊടുക്കാം." ആ വാക്കുകൾ ഞങ്ങൾക്ക് വല്ലാതെ ഇഷ്ടപ്പെട്ടു. അജേഷ് ഉടനെ തന്നെ പറഞ്ഞു "ഇദ്ദേഹത്തിന് തനാസിൽ എടുക്കുവാൻ വേണ്ടി ഒരു കൂലി കഫീലിനെ ഞാൻ റെഡിയാക്കി കൊടുക്കാം," അജേഷ് ആ സമയം തന്നെ ഒരു സൗദിയെ വിളിച്ചു. ഇപ്പോൾ പുതിയൊരു നിയമം വന്നിട്ടുണ്ട്, ഇക്കാമ എത്ര വർഷം കഴിഞ്ഞാലും ലേബറിന്റെ പൈസ അടയ്ക്കേണ്ട എന്ന്. "ഞാൻ കരുതിയിരുന്നത് ഇദ്ദേഹം ഉറൂബ് ആയിരുന്നു" എന്നാണ്. അങ്ങനെയൊന്നും ഇല്ല എന്ന് ഇപ്പോഴാണ് മനസ്സിലായത്. അവിടെ ഇരുന്നുകൊണ്ടുതന്നെ അജേഷ് ഇദ്ദേഹത്തിന് തനാസിൽ മാറാൻ വേണ്ടിയുള്ള എല്ലാവിധ സഹായങ്ങളും ചെയ്തിരുന്നു. നിമിഷംകൊണ്ടാണ് എല്ലാം നടന്നത്. ആ സിസ്റ്റർ ഞങ്ങളുമായിട്ടുള്ള ഒരു കരാറിന്റെ അടിസ്ഥാനത്തിൽ ബാങ്കിലേക്കുള്ള പൈസ അയച്ചു കൊടുക്കാം എന്ന് പറഞ്ഞു. ഇദ്ദേഹത്തെ ഇക്കാമ പുതുക്കി രണ്ടുമാസത്തെ അവധിക്ക് നാട്ടിലേക്ക് അയക്കാം എന്നും പറഞ്ഞു. ഇലയ്ക്കും മുള്ളിനും കേടു വരാതെ പ്രശ്നങ്ങൾ പരിഹരിച്ച് ഞങ്ങൾ അവിടുന്ന് തിരിച്ചു. മറ്റു കാര്യങ്ങൾ അജേഷ് തുടർന്ന് ചെയ്തുകൊള്ളാം എന്നു പറഞ്ഞു. എന്താ യിരുന്നാലും ഞങ്ങളുടെ ഇടപെടൽകൊണ്ട് അശോകൻ രണ്ടാഴ്ചയ്ക്കു ള്ളിൽ നാട്ടിൽ പോകാൻ തീരുമാനമായി. അൽപ്പം മനഃസാക്ഷി ഉണ്ടായി രുന്നത് കൊണ്ടായിരിക്കും ആ സിസ്റ്റർ പൈസ അയച്ചു കൊടുത്തത്. അങ്ങനെ ബാങ്കിലെ കടം തീർന്നു. നല്ലൊരു ഗൾഫുകാരനെ പോലെ കുട്ടികൾക്കുള്ള സാധനവുമായി നാട്ടിലേക്ക് പോയി. അവരുടെ മാറ്റങ്ങൾ നമ്മൾ ഇനി ചിന്തിച്ചിട്ട് കാര്യമില്ല. അശോകൻ കുട്ടികളെയൊക്കെ കണ്ട് പുതിയൊരു ജീവിതമാണ് ആഗ്രഹിക്കുന്നതെങ്കിൽ അശോകന് നല്ലത്.

അതല്ല, മറിച്ച് വീണ്ടും തിരിച്ചു പഴയ കൂട്ടുകെട്ടും കൂട്ടുകാരിയെയും ഒക്കെ കാണുവാനായാണ് തീരുമാനമെങ്കിൽ, അത് അശോകന്റെ തീരുമാനം എന്ന് പറയാം. എന്തായിരുന്നാലും നമ്മൾ ഏറ്റെടുത്ത ദൗത്യം നമ്മൾ നല്ല രീതിയിൽ തീർത്തു. ഇതേപോലെ ചിലർ പ്രവാസ ലോകത്ത് ഇങ്ങനെയൊക്കെ പോകുന്നുണ്ട്. മരം ചാടി നടന്ന കുരങ്ങന്മാരെ പോലെ ഒരു ശിഖരത്തിൽ നിന്ന് മറ്റൊരു ശിഖരത്തിലേക്ക് ചാടി ചാടി നടക്കുന്ന ചിലർ സ്വന്തം സുഖത്തിനു വേണ്ടി കുടുംബത്തെ മനസ്സിലാക്കാതെ, കുടുംബത്തിന്റെ ദുഃഖങ്ങൾ മനസ്സിലാക്കാതെ, അവരുടെ പ്രതിസന്ധികൾ മനസ്സിലാക്കാതെ, അവരുടെ വിഷയങ്ങൾ മാത്രം അവരുടെ സന്തോഷങ്ങൾ മാത്രം തേടി നടക്കുന്ന ചിലർ. അത് പുരുഷന്മാരിൽ മാത്രമല്ല, നാട്ടിലുള്ള സ്ത്രീകളിലും ഉണ്ട്. പ്രവാസത്തിന്റെ ദുഃഖമേറിയ ഈ കഥ നിങ്ങളിലേക്ക് ഞാൻ എത്തിക്കുന്നു... ചില തിരിച്ചറിവിനു വേണ്ടി.

പ്രവാസത്തിന്റെ തുടക്കവും ജീവിതത്തിന്റെ ഒടുക്കവും

വളരെ തിരക്കുപിടിച്ച ഒരു ദിവസമായിരുന്നു അന്ന്. പതിവിലും കൂടുതൽ കാര്യങ്ങൾ ചെയ്യേണ്ടി വന്ന ഒരു ദിവസം. ഒരു മീറ്റിംഗിൽ പങ്കെടുത്തു കൊണ്ടിരിക്കുമ്പോഴാണ് ഫോൺ തുടർച്ചയായി ശബ്ദിക്കുന്നത് ശ്രദ്ധയിൽ പ്പെട്ടത്. ശ്രദ്ധിക്കേണ്ട ഒരു മീറ്റിംഗ് ആയതുകൊണ്ട് പോക്കറ്റിൽ വച്ച് തന്നെ ഞാൻ കോൾ കട്ട് ചെയ്തു. വീണ്ടും ആ കോൾ അടിച്ചുകൊണ്ടി രിക്കുകയാണ് ഞാൻ പോക്കറ്റിൽ നിന്നും ജസ്റ്റ് ഒന്ന് എടുത്തുനോക്കി. ഞാനുമായി അടുത്ത് ബന്ധമുള്ള എന്റെ ഒരു സുഹൃത്ത്.

ഇടക്കെപ്പോഴെങ്കിലും നേരിൽ കണ്ട് ബന്ധം പുതുക്കുന്നതല്ലാതെ ഫോണിലൂടെ കാര്യമായ ഒന്നും പറയാറില്ല. എത്ര സീരിയസ് കാര്യ മാണെങ്കിലും നേരിട്ട് തന്നെ വന്ന് അവതരിപ്പിക്കലാണ് പതിവ്. എന്നാൽ, അന്ന് പതിവില്ലാതെ നിരന്തരം വിളിക്കുകയുണ്ടായി. എനിക്കാണെങ്കിൽ ഫോൺ അറ്റൻഡ് ചെയ്യാനും കഴിയുന്നില്ല.

നിരന്തരം ഫോൺ ശബ്ദിക്കുന്നത് കേട്ട് എന്തോ പന്തികേട് ഉണ്ടെന്ന് ഞാൻ മനസ്സിലാക്കി. ടോയ്‌ലറ്റിൽ പോകാൻ എന്ന വ്യാജേന ഒന്നു മാറിനിന്ന് അദ്ദേഹത്തിന്റെ ഫോൺ എടുത്തു, "എന്നെ മനസ്സിലായോ?" അദ്ദേഹത്തിന്റെ ചോദ്യം "റാഫി നീ എവിടെയാണ്?"

"നമ്പർ കണ്ടപ്പോഴേ ആളെ മനസിലായി പക്ഷേ, ഒരു മീറ്റിങ്ങിൽ ആയതുകൊണ്ടാണ് ഫോൺ എടുക്കാതിരുന്നത് ക്ഷമിക്കണം കേട്ടോ ഞാൻ ഇപ്പോൾ കുറച്ചു തിരക്കിലാണ്. എന്നാലും കാര്യം പറ." അദ്ദേഹം വെപ്രാളപ്പെട്ടുകൊണ്ട് വളരെ ഗൗരവത്തോടെ പറഞ്ഞു. "എമർജൻസി യായി സുലൈമാൻ ഹബീബ് ഹോസ്പിറ്റലിലേക്ക് റാഫിക്ക് ഒന്ന് വരാൻ കഴിയുമോ? ഒരു കേസ് ഉണ്ട് പറ്റുമെങ്കിൽ പെട്ടെന്നൊന്ന് വായോ." ആ സമയം ഞാൻ മീറ്റിംഗിൽ പങ്കെടുക്കേണ്ടതുണ്ട്. എന്നാൽ ഇത് ഉപേക്ഷി ക്കാനും പറ്റില്ല. ഞാൻ മറുത്തൊന്നും ചിന്തിച്ചില്ല ഞാൻ അദ്ദേഹത്തോട് പറഞ്ഞു ഉടനെ തന്നെ ഞാൻ എത്താം."

ഒലയ്യ സുലൈമാൻ ഹബീബ് ഹോസ്പിറ്റൽ ഇവിടെനിന്ന് ഒൻപത് കിലോമീറ്റർ ദൂരെയാണുള്ളത്. പത്ത് മിനിറ്റ് യാത്രാ ദൂരമേയുള്ളൂ. ഞാൻ പെട്ടെന്ന് തന്നെ മീറ്റിംഗിൽ നിന്ന് ഒഴിവു പറഞ്ഞു പുറത്തിറങ്ങി അവിടേക്ക്

പുറപ്പെട്ടു. അവിടെ എമർജൻസി വിഭാഗത്തിൽ ഞാൻ എത്തിയപ്പോൾ എന്റെ സുഹൃത്തായ സ്റ്റീഫനും വേറെ രണ്ടു സുഹൃത്തുക്കളും പുറത്ത് നിൽക്കുന്നുണ്ട്. ഞാൻ അവരോട് കാര്യം തിരക്കി, സ്റ്റീഫന്റെ റൂമിൽ കൂടെ താമസിക്കുന്ന ആളിന്റെ അനുജൻ ആദ്യമായി പ്രവാസി എന്ന പേരെടുക്കാൻ ഇവിടേക്ക് വന്ന ദിവസമാണ്. എയർപോർട്ടിൽ നിന്ന് ജ്യേഷ്ഠനുജൻമാർ തന്റെ സഹോദരിയും ഭർത്താവും താമസിക്കുന്ന സ്ഥലത്തേക്ക് പോകുന്ന വഴി, രാത്രി എട്ടര മണിയായി കാണും അവർ വരുന്ന വഴിയിൽ റോഡ് മുറിച്ച് കടക്കുന്ന ഒരു ഒട്ടകത്തെ വാഹനം ഇടിക്കുകയും, നാട്ടിൽ നിന്നു വന്ന വ്യക്തിയും, അദ്ദേഹത്തിന്റെ ജ്യേഷ്ഠനും അപകടത്തിൽ വളരെ ഗുരുതരാവസ്ഥയിൽ ഈ ഹോസ്പിറ്റലിൽ അഡ്മിറ്റ് ചെയ്തിരിക്കുകയാണ് എന്ന് പറഞ്ഞു. ഇവിടെ ഉണ്ടായിരുന്ന ജ്യേഷ്ഠന് വലിയ അപകടമൊന്നും സംഭവിച്ചില്ല. ചെറിയ പൊട്ടലുകൾ മാത്രമേയുള്ളൂ. പുതിയതായി വന്ന അദ്ദേഹത്തിന്റെ അനുജൻ ഐസിയു വെന്റിലേറ്ററിൽ ആണ് എന്ന് പറഞ്ഞു വളരെ സീരിയസാണ്. അഞ്ചു ശതമാനം പോലും ജീവൻ നിലനിർത്തുമെന്ന് ഡോക്ടർമാർ പറയുന്നില്ല. ഒന്നും വ്യക്തമായി പറയാൻ കഴിയാത്ത ഒരു അവസ്ഥയിലാണന്നാണ് അറിയാൻ കഴിഞ്ഞത്.

ഹോസ്പിറ്റലിൽ എമർജൻസിയായി രണ്ട് ലക്ഷം റിയാൽ കെട്ടി വയ്ക്കണം എന്നാണ് പറഞ്ഞിരിക്കുന്നത്. സൗദി അറേബ്യയിലെ പ്രൈവറ്റ് ഹോസ്പിറ്റലുകളിൽ ഫൈവ്സ്റ്റാർ ഫെസിലിറ്റി ഉള്ള ഇവിടത്തെ ഏറ്റവും വലിയ ഹോസ്പിറ്റലുകളിൽ ഒന്നാണ് സുലൈമാൻ ഹബീബ്. ഈ ഹോസ്പിറ്റലിൽ വെന്റിലേറ്റർ ഐസിയുവിൽ കിടക്കുന്ന പുതിയതായി വന്ന ആ വ്യക്തിയുടെ ജീവൻ നിലനിർത്തുവാൻ വേണ്ടിയുള്ള ശ്രമത്തിലായിരുന്നു പിന്നെ ഞങ്ങൾ ഓരോരുത്തരും. എത്രയും പെട്ടെന്ന് പണം സംഘടിപ്പിക്കുന്നതിന് വേണ്ടി പല രാജ്യങ്ങളിലുള്ള ഗ്രൂപ്പുകളിലും മറ്റും അറിയിക്കുകയുണ്ടായി. എന്തായിരുന്നാലും ഞങ്ങളുടെ ശ്രമം വിജയിച്ചു എന്ന് തന്നെ പറയാം. പല രാജ്യങ്ങളിൽ നിന്നും മനുഷ്യസ്നേഹികളായ ഒട്ടനവധി പേർ ഹോസ്പിറ്റലിലേക്ക് പണം അടയ്ക്കുന്നതിന് വേണ്ടി സഹായിക്കുകയുണ്ടായി അതൊരു ചെറിയ കാര്യമല്ലായിരുന്നു. പതിനാറ് ദിവസം കിടന്നപ്പോൾ തന്നെ അഞ്ചു ലക്ഷത്തിനു മേലായി. കുറച്ചെല്ലാം ഡിസ്കൗണ്ട് ചെയ്തു. എന്തായിരുന്നാലും നമ്മളെപ്പോലുള്ള സുഹൃത്തുക്കൾ എത്രയും പെട്ടെന്ന് ഇദ്ദേഹത്തെ നാട്ടിലേക്ക് കൊണ്ടുപോകാൻ വേണ്ടിയുള്ള ശ്രമത്തിലായിരുന്നു. നമ്മുടെ നാട്ടിൽ നല്ല ചികിത്സ കിട്ടും എന്നുള്ള ഒരു വിശ്വാസം നമ്മളിൽ ഉണ്ട്. നാട്ടിൽ പോയാൽ അച്ഛനമ്മമാരെയും മറ്റു സഹോദരങ്ങളേയും കാണുമ്പോൾ ഇദ്ദേഹത്തിന്റെ മനസ്സിനും വല്ലാത്ത സന്തോഷം ആകും എന്നുള്ള ഒരു കരുതൽ ഉണ്ടായിരുന്നു.

വെന്റിലേറ്ററിൽ ആയിരുന്നാലും ഒരുപക്ഷേ അദ്ദേഹത്തിന് ഓർമ്മ കിട്ടിയാലോ നമ്മുടെ ഓരോരുത്തരുടെയും പ്രാർത്ഥനയും അതു തന്നെ യായിരുന്നു പതിനാറ് ദിവസം ഞങ്ങൾക്ക് പതിനാറ് വർഷങ്ങൾ പോയതു പോലെയായിരുന്നു പണം ഉണ്ടാക്കുന്നതിനുവേണ്ടിയും ഇദ്ദേഹത്തിന് ഏതെങ്കിലും വിമാനത്തിൽ ബർത്ത് ബുക്ക് ചെയ്തു ഫുള്ള് മെഡിക്കൽ സംവിധാനത്തോടുകൂടി [illegible] പോർട്ടൽ വെന്റിലേറ്റർ വേണം എന്തായിരുന്നാലും അത് ഇവിടെ ഒരു മെഡിക്കൽ കമ്പനിയു മായി സംസാരിച്ച് അനുസരിച്ച് തരാമെന്ന് അറിയിച്ചു പക്ഷേ അതിന്റെ പണം ഇവിടെ കെട്ടി വയ്ക്കണം കൂടാതെ വെന്റിലേറ്റർ കേടുവരാതെ തിരിച്ചു കൊണ്ടു വരുമ്പോൾ പണം തിരിച്ചു തരാം എന്ന് അറിയിച്ചു. എങ്ങനെ ആയിരുന്നാലും നമ്മുടെ ശ്രമഫലംകൊണ്ട് വെന്റിലേറ്റർ റെഡിയായി മറ്റു നടപടിക്രമങ്ങൾ ഒക്കെ നടന്നുകൊണ്ടിരിക്കുന്നു സൗദി അക്കൗണ്ട് എക്സിറ്റ് അടിപ്പിച്ചു സൗദിയുടെ മണ്ണിൽ ഒരു ദിവസം പോലും ചവിട്ടി നടക്കാൻ പറ്റാത്ത ഒരു പാവം മനുഷ്യന്റെ ഒരവസ്ഥ

എയർപോർട്ടിൽ നിന്ന് തന്റെ സഹോദരിയും സഹോദരനും താമസി ക്കുന്ന റിയാദിൽ നിന്ന് നൂറ്റി അൻപത് കിലോമീറ്റർ ദൂരെയുള്ള മറാത്ത് എന്ന് പറയുന്ന ഗ്രാമപ്രദേശത്തേക്ക് പോകുന്ന വഴിയിലായിരുന്നു അവർ പോയിരുന്ന വാഹനം ഒട്ടക കൂട്ടത്തിൽ ഇടിച്ചത് രാത്രിയുടെ യാമങ്ങളിൽ ഒട്ടകങ്ങൾ ഇറങ്ങി നടക്കൽ ഉണ്ടാവും അങ്ങനെ ഒട്ടനവധി ആൾക്കാർ ഈ അപകടത്തിൽ മരണപ്പെടുകയും വളരെ ഗുരുതരവസ്ഥയിൽ ഇപ്പോഴും ജീവനുവേണ്ടി മല്ലിടുന്നവരുമുണ്ട്. ജീവശവമായി ജീവിക്കുന്നവരുമുണ്ട്.

രാത്രികാലങ്ങളിൽ മരുഭൂമിയിൽ ഉള്ള റോഡുകളിൽ മരുഭൂമിക്കുള്ളിൽ ക്യാമ്പുകളിൽ കിടക്കുന്ന ഒട്ടകങ്ങൾ രാത്രികാല സഞ്ചാരപ്രിയരാണ്, ദിക്കറിയാതെ സഞ്ചരിക്കുകയും റോഡ് മുറിച്ച് കടക്കുകയും ചെയ്യും സൗദി അറേബ്യയിൽ മാത്രമല്ല മറ്റു പല ഗൾഫ് രാജ്യങ്ങളിലും ഈ അപകടങ്ങൾ ഉണ്ടായിട്ടുണ്ട് കൃത്യമായിട്ട് ഹൈവേകളിലും മറ്റ് ഗ്രാമ പ്രദേശങ്ങളിലും ഒട്ടകം മുറിച്ചു കടക്കും എന്നുള്ള ബോർഡുകൾ സ്ഥാപി ച്ചിട്ടുണ്ട്. പകൽ സമയങ്ങളിൽ ഒട്ടകത്തെ ഇടിക്കുകയാണെങ്കിൽ ഇടിക്കുന്ന വാഹനക്കാർക്കാണ് ഉത്തരവാദിത്വം നഷ്ടപരിഹാരം നൽകേണ്ടി വരും. പക്ഷേ, രാത്രികാലങ്ങളിൽ ഒട്ടകങ്ങളെ ഇടിക്കുകയോ മറ്റോ ചെയ്താൽ ഒട്ടകത്തിന്റെ മുതലാളിമാരുടെ പേരിലായിരിക്കും കേസ് അവർ നഷ്ടപരിഹാരം വാഹന ഉടമകൾക്ക് കൊടുക്കേണ്ടി വരും. ഒട്ടകം ഓടിക്കൊണ്ടിരിക്കുന്ന വണ്ടിയിലേക്ക് വന്ന് ഇടിച്ചു കഴിഞ്ഞാൽ അത്രയും വലിയ ഒട്ടകം ചെന്ന് ഇടിക്കുന്ന വാഹനത്തിന്റെ മുകളിലേക്ക് ആണ് ചരിഞ്ഞു വീഴുന്നത്. ഒട്ടകത്തിന്റെ വീഴ്ചയിൽ വാഹനത്തിൽ ഉണ്ടാവു ന്നവർ പിന്നെ ജീവിക്കുന്നത് വിരളമാണ് അത്തരം സംഭവങ്ങൾ വലിയ

അപകടം തന്നെ വരുത്തിവയ്ക്കാറാണ് പതിവ് അതേപോലെ നടന്ന ഒരുപാട് സംഭവങ്ങൾ കേട്ടുകേൾവി ഉണ്ടെങ്കിലും ഇന്ന് നടന്നതും അത്തരത്തിൽ ഒരു അപകടമായിരിക്കാം. വാഹനത്തിന്റെ മുകളിലേക്കാണ് ഒട്ടകം വീണത് എന്ന് പറഞ്ഞു കേട്ടു പുതിയതായി വന്ന ആ വ്യക്തി ഇരുന്ന സൈഡിലേക്കാണ് ചരിഞ്ഞു വീണതെന്നും കാണികൾ പറയുന്നു അതാവാം ജീവൻ മരണ പോരാട്ടത്തിൽ ആ മനുഷ്യന്റെ അവസ്ഥ എത്തിയത്.

എന്തായിരുന്നാലും ഞങ്ങളുടെ എല്ലാവരുടെയും ശ്രമഫലം കൊണ്ട് രണ്ട് നേഴ്സുമാരും നാട്ടിൽ പോകാനുള്ള ഒരു ഡോക്ടറുടെയും സഹായത്തോടെ തിരുവനന്തപുരത്തേക്ക് പോകുന്ന എയർ ഇന്ത്യ വിമാനത്തിൽ വെന്റിലേറ്ററിന്റെ സംവിധാനത്തോടുകൂടി അദ്ദേഹത്തിനെ നാട്ടിലേക്ക് കയറ്റിവിട്ടു. പ്രവാസ ലോകത്ത് എന്തൊക്കെയോ മോഹങ്ങളുമായി കുടുംബത്തെയും,കൂട്ടുകാരെയും, നാട്ടുകാരെയും ഒക്കെ വിട്ട് ജീവിതം കെട്ടിപ്പടുക്കാൻ ആയി യാത്രതിരിച്ചവൻ ഒരു ദിവസംപോലും ഈ മണ്ണിൽ ചവിട്ടി നടക്കാൻ അർഹതയില്ലാതെ വിലക്കപ്പെട്ടവനെ പോലെ ശപിക്കപ്പെട്ട ഒരു വ്യക്തിത്വം. പാവം തിരിച്ച് നാട്ടിലേക്ക് തന്നെ സ്വബോധമില്ലാതെ മടങ്ങേണ്ടിവന്നു.

തിരുവനന്തപുരം എയർപോർട്ടിൽ കൊണ്ടുവന്ന അദ്ദേഹത്തെ നേരെ ഹോസ്പിറ്റലിലേക്കാണ് കൊണ്ടുപോയത് ഹോസ്പിറ്റലിൽ എത്തി വെന്റിലേറ്ററിലേക്ക് കയറ്റി നാട്ടിലെ അയാളുടെ വീടിന്റെ അവസ്ഥ മരണവീടുപോലെ നിലവിളികൾ മുഴങ്ങി. മരണപ്പെട്ട വ്യക്തിയെ കാണുന്നതുപോലെ ആയിരുന്നു നൂറുകണക്കിന് ബന്ധുക്കളും സുഹൃത്തുക്കളും അവിടേക്ക് എത്തിയത്. എന്തായിരുന്നാലും ബന്ധുക്കൾക്ക് അല്പം ജീവനോടെയെങ്കിലും കാണുവാൻ സാധിച്ചു അച്ഛനും അമ്മയ്ക്കും ജീവനോടെ വെന്റിലേറ്ററിൽ സ്വന്തം മകനെ കാണുവാൻ സാധിച്ച ആ ഒരു നിമിഷത്തെക്കുറിച്ച് ഞാൻ പറയാതെ തന്നെ നിങ്ങൾക്കറിയാൻ കഴിയും. പ്രവാസ ലോകത്തിലേക്ക് സ്വപ്നം തേടി പോയ മകൻ ഒറ്റ നിമിഷംകൊണ്ട് തകർന്നടിഞ്ഞ സ്വപ്നങ്ങളിൽ പുതച്ച് മുന്നിലേക്ക് കൊണ്ടുവരുന്ന അവസ്ഥ ആരെയും തിരിച്ചറിയാനാവാതെ വെന്റിലേറ്ററിന്റെ സഹായത്തിൽ അവന്റെ ജീവൻ നിലനിൽക്കുന്നു.

ആർക്കും അത്തരം അവസ്ഥകൾ വരാതിരിക്കട്ടെ. ഒരുപാട് നന്മ മനസ്സുകളുടെ അകമഴിഞ്ഞ സഹായം കൊണ്ടാണ് ആ മാതാപിതാക്കൾക്ക് അൽപ്പജീവനത്തോടെയെങ്കിലും ആ മകനെ കാണാൻ കഴിഞ്ഞത് പക്ഷേ ദൈവവിധി പോലെ അതുതന്നെ സംഭവിച്ചു

ആ വെന്റിലേറ്ററിന്റെ സഹായവും കൂടുതൽ നാൾ നീണ്ടുനിന്നില്ല. അനന്തപുരി ഹോസ്പിറ്റലിൽ രണ്ടുദിവസം കഴിഞ്ഞപ്പോൾ ആ അല്പ ശ്വാസവും നിലച്ചു. ചലനമറ്റ ശരീരമായി മാറി. ഒരു സാമൂഹ്യ പ്രവർത്ത കൻ എന്ന നിലയിൽ എന്നെ വളരെയധികം ദുഃഖിതനാക്കിയ ഒരു സംഭവമായിരുന്നു അത്.

കഴിഞ്ഞുപോയ പതിനാറ് ദിവസങ്ങൾ ഇദ്ദേഹത്തിന്റെ കാര്യങ്ങൾക്ക് വേണ്ടി, ആ ജീവൻ നിലനിർത്തുവാൻ വേണ്ടി, ഓടി നടന്നിരുന്ന ഞങ്ങൾ ആ മരണവാർത്ത കേട്ടപ്പോൾ അങ്ങേയറ്റം വേദനയായി ഞങ്ങൾക്ക്. അവരുടെ മാതാപിതാക്കളുടെയും സഹോദരങ്ങളുടെയും വേദന ഇന്നും തീർന്നിട്ടില്ല. ആ നിമിഷം ഇന്നും ഞാൻ ഓർത്തെടുക്കുകയാണ്. അദ്ദേഹ ത്തിന്റെ മരണം കഴിഞ്ഞ് ഒരു മാസം കഴിഞ്ഞ് നാട്ടിലേക്ക് പോയപ്പോൾ ഞാൻ ആ വീട്ടിൽ പോയിരുന്നു അന്ന് ഞാൻ പോയപ്പോൾ റിയാദിൽ അപകടത്തിൽ ആയിട്ട് മരിച്ച ഒരു നേഴ്സിന്റെ ബോഡിയുമായാണ് ചെങ്ങന്നൂരിലേക്ക് പോയത്.

ചെങ്ങന്നൂരിൽ പള്ളിയിൽ അടക്കം ചെയ്തു തിരിച്ചു മടങ്ങുന്നതിനു മുൻപേ മാമൂട് എന്നു പറയുന്ന ഈ പ്രദേശത്തെ, ഒട്ടകം ഇടിച്ചു പരിക്കു പറ്റി നാട്ടിലെ അനന്തപുരിയിൽ വച്ച് മരണമടഞ്ഞ വ്യക്തിയുടെ വീട്ടിൽ ഞാൻ പോയി. ആ മനുഷ്യന്റെ അമ്മ എന്നെ പേര് പറഞ്ഞപ്പോഴേ അറിയാമെന്ന് തലകുലുക്കി. എന്നെ കെട്ടിപ്പിടിച്ച് കരഞ്ഞു. ആ കരച്ചിൽ എനിക്കും സഹിക്കവയ്യായിരുന്നു. അറിയാതെ തന്നെ ഞാനും കരഞ്ഞു പോയി. അമ്മയുടെയും അച്ഛന്റെയും സ്വപ്നമാണ്. അവരുടെ പ്രതീക്ഷ യായിരുന്നു ആ മകൻ, വല്ലാതെ വേദനിപ്പിച്ചു അവരുടെ ഓരോരുത്ത രുടെയും ഹൃദയം മുറിഞ്ഞ ആ കരച്ചിൽ.

ഒറ്റ രാവ് കൊണ്ട് ഭ്രാന്തനായവൻ

ഇരുപത്തിയൊന്ന് വർഷത്തെ പ്രവാസ ജീവിതത്തിലെ പ്രയാസമേറിയ അധ്വാനത്തിൽ നിന്ന് ഉറുമ്പ് കൂട്ടി വയ്ക്കുന്നത് പോലെ കാത്തുവെച്ച നിധി ഒറ്റ രാത്രികൊണ്ട് ആ മനുഷ്യന് നഷ്ടമായി. ഇന്നലെകളെ മറന്ന് ഇന്നിന്റെ തെളിച്ചമാണ് പ്രഭ കൂടിയതെന്ന് തെറ്റിദ്ധരിക്കപ്പെടുന്ന ചില ജന്മങ്ങൾ. അതുവരെ കണ്ടതൊന്നും അവരുടെ കണ്ണിൽ പ്രകാശമായി തോന്നാതെ അവിടെ ഇരുട്ട് പടർത്തി, ഇന്നലെ കണ്ട എപ്പോൾ വേണമെങ്കിലും കെട്ടുപോയേക്കാവുന്ന ആ സാങ്കല്പികമായ ഉജ്ജ്വല പ്രകാശത്തിലേക്ക് ചായുന്നവർ.

ജീവിതം എല്ലാരീതിയിലും ഇരുട്ടിലാക്കി പാഞ്ഞു പോകുന്ന, കണ്ണിൽ ചോരയില്ലാത്ത ചില നികൃഷ്ട ജന്മങ്ങൾക്ക് ഇരയാകേണ്ടിവന്ന ഒരു മനുഷ്യന്റെ കഥ.

'റിയാദിലെ ദരിയ എന്നു പറയുന്ന സൗദിയുടെ പുരാതന നഗരം. ഇപ്പോൾ ടൂറിസം മേഖലയിൽ ഏറ്റവും പുരാതനവും അതുപോലെ വികസനത്തിൽ മുൻപന്തിയിൽ നിൽക്കുന്നതുമായ നഗരമാണ്. സൗദിയുടെ പഴയ രാജഭരണം നടത്തിയിരുന്ന നഗരം അതായിരുന്നു ദരിയ. ദരിയയിലുള്ള പോലീസ് സ്റ്റേഷനിലേക്കായിരുന്നു ക്യാപ്റ്റൻ എന്നെ വിളിച്ചത്. ഫോണിലൂടെ എത്രയും പെട്ടെന്ന് അവിടെ എത്തണം എന്നായിരുന്നു അദ്ദേഹം പറഞ്ഞത്.

അദ്ദേഹം വിളിക്കുന്ന സമയത്ത് മറ്റു ചില പ്രശ്നങ്ങളുമായി അസീസിയ പോലീസ് സ്റ്റേഷനിൽ നിൽക്കുകയായിരുന്നു. അതുകാരണം ഒരു രണ്ടു മണിക്കൂർ കഴിഞ്ഞാണ് ക്യാപ്റ്റൻ പറഞ്ഞ സ്ഥലത്ത് എത്തിയത്. എത്താൻ താമസിക്കാനുള്ള കാരണം അദ്ദേഹത്തിനോട് വിളിച്ചപ്പോൾ തന്നെ ഞാൻ സൂചിപ്പിച്ചിരുന്നു. സ്വന്തം സഹോദരന്മാർ തമ്മിലുണ്ടായ നാട്ടിലെ നിസ്സാര പ്രശ്നം മൂലം പരസ്പരം കത്തിയെടുക്കുകയും തമ്മിൽ യാതൊരു ദയയുമില്ലാതെ പരസ്പരം ശാരീരിക ഉപദ്രവങ്ങൾ ഏൽപ്പിച്ചു രണ്ടുപേർക്കും മുറിവേൽക്കുകയും പരസ്പരം മർദ്ദനമേൽക്കുകയും ചെയ്തു. ഒരേ രക്തത്തിൽ പിറന്ന രണ്ട് സഹോദരന്മാരുടെ ദാക്ഷിണ്യമില്ലാത്ത ആക്രമണം കണ്ടിട്ട് കാഴ്ചക്കാരാണ് പോലീസിനെ വിളിച്ചത്. പോലീസ് രണ്ടു പേരെയും അസീസിയ പോലീസ് സ്റ്റേഷനിൽ പിടിച്ചുകൊണ്ടുവന്നു, ജയിലിലിട്ടിരിക്കുകയായിരുന്നു. അവരുടെ വിഷയം തലേദിവസമാണ് നടന്നത്.

പിറ്റേ ദിവസം രാവിലെ ഞാൻ എത്തുകയും ഈ കേസ് കൈകാര്യം ചെയ്യുന്ന ക്യാപ്റ്റനുമായി വിഷയത്തിന്റെ ഗൗരവം പരസ്പരം സംസാരിക്കുകയും കേസ് ഫയൽ ചെയ്യാതെ ഒത്തുതീർപ്പിനായി ഞാൻ ശ്രമിക്കുകയുമായിരുന്നു. ജയിലിൽ കിടക്കുന്ന രണ്ടുപേരോടും ഞാൻ സംസാരിക്കുകയും സഹോദരബന്ധങ്ങളുടെ മൂല്യങ്ങളെകുറിച്ചും ഇത്രയുംകാലം അവർ ജീവിച്ച [illegible] കുറിച്ചും ഒക്കെ ബോധ്യപ്പെടുത്തി കൊടുത്തു,

രണ്ടുപേരെയും എന്റെ അടുത്തിരുത്തി അവർക്ക് പറ്റിയ തെറ്റുകളെ കുറിച്ച് പറഞ്ഞു മനസ്സിലാക്കി കൊടുത്തു. രണ്ടു പേരുടെയും ഭാര്യമാർ ഈ അടുത്തകാലത്തായിട്ട് ഭർത്താക്കന്മാർക്ക് അരികിലേക്ക് വന്നതാണ് എല്ലാത്തിനും കാരണമായത്. അതുവരെയും നിങ്ങൾ നല്ല സ്നേഹമുള്ള സഹോദരങ്ങളായിരുന്നു. ഇന്ന് നിങ്ങൾ ശത്രുക്കളായത് എങ്ങനെയെന്ന് നിങ്ങൾ തന്നെ മനസ്സിലാക്കുക. ഒരിക്കലും സ്വന്തം ഭാര്യമാർ പറയുന്നത് അപ്പടി വിശ്വസിച്ച് നിങ്ങൾ ശത്രുക്കൾ ആകാൻ പാടുള്ളതല്ല. നിങ്ങൾക്ക് തുല്യം നിങ്ങൾ മാത്രമാണ്. ഒരിക്കലും വില കൊടുത്തു വാങ്ങാൻ പറ്റാത്ത ബന്ധമാണ് നിങ്ങളുടേത്. ഭാര്യമാരെ നിങ്ങൾ പറഞ്ഞ് മനസ്സിലാക്കി ബന്ധങ്ങൾ ഊട്ടി ഉറപ്പിച്ചു കൊണ്ടുപോകേണ്ടത് നിങ്ങളുടെ കടമയാണ്. എന്തായാലും മണിക്കൂറുകൾ നീണ്ട ചർച്ചയ്ക്കൊടുവിൽ സഹോദരബന്ധങ്ങളുടെ വില എന്താണെന്ന് രണ്ടുപേർക്കും അല്പമെങ്കിലും മനസ്സിലാകുന്ന വിധത്തിൽ ഞാനവരോട് സംസാരിച്ചു ഉപദേശം നൽകി. രണ്ടുപേരോടും കൈകൾ കൊടുത്ത് സലാം പറയാൻ പറഞ്ഞു. സലാം കൊടുത്ത് രണ്ടുപേരും പരസ്പരം കെട്ടിപ്പിടിച്ച് പൊട്ടിക്കരഞ്ഞുകൊണ്ട് അവരുടെ മുറിവുകൾ പരസ്പരം തലോടി. ആ സമയം ഞാൻ രണ്ടുപേരുടെയും ഭാര്യമാരെ വിളിച്ച് സംസാരിക്കുകയും അവർ തമ്മിലുള്ള പ്രശ്നം കാരണം രണ്ടു സഹോദരന്മാർ പരസ്പരം കത്തിയെടുത്ത് കുത്തിക്കീറേണ്ട അവസ്ഥയിലാക്കിയ കാരണങ്ങളൊക്കെ അവർക്ക് വ്യക്തമാക്കി കൊടുത്തു. രണ്ട് സ്ത്രീകൾക്കും അതിന്റെ ബുദ്ധിമുട്ടു ഉണ്ടാകുമെന്ന് വളരെ കർശനമായി തന്നെ പറഞ്ഞു മനസ്സിലാക്കി. ഭർത്താക്കന്മാർ ജയിലിൽ കിടക്കുന്നതിന്റെ ബുദ്ധിമുട്ടും കൃത്യമായി പറഞ്ഞുകൊടുത്തു.

നാട്ടിലായിക്കോട്ടെ, സൗദിയിലായിക്കോട്ടെ ഇത്തരം പ്രശ്നങ്ങളിൽ കൃത്യമായിട്ട് പറഞ്ഞു മനസ്സിലാക്കി ബോധവൽക്കരണം നടത്താൻ എനിക്ക് കഴിഞ്ഞിട്ടുണ്ട്. അതുകൊണ്ട് അത്തരം പ്രശ്നങ്ങളിൽ പെട്ട പല ബന്ധങ്ങളും പഴയതിനേക്കാളും മനോഹരമാക്കുവാൻ അവർക്ക് സാധിച്ചിട്ടുണ്ട് എന്ന് അഹങ്കാരത്തോടെ തന്നെ എനിക്ക് പറയാം. ആ ഒരു ഇടപെടൽ ആ ബന്ധങ്ങൾ ഊട്ടി ഉറപ്പിച്ചുകൊണ്ട് രണ്ടു സഹോദരന്മാരെയും ജയിലിൽനിന്ന് മോചിപ്പിച്ചു. ഈ സംഭവം നടക്കുന്നത്

2017 ഓഗസ്റ്റ് മാസമായിരുന്നു. ഇന്നും ഈ സഹോദരന്മാർ വളരെ നല്ല രീതിയിൽ നാട്ടിലും ഇവിടെയും സ്നേഹത്തോടുകൂടി ജീവിക്കുന്നുണ്ട്. അതേപോലെതന്നെ അവരുടെ ഭാര്യമാരും ഇതിനിടയിൽ ഒരു വിസിറ്റിംഗ് വിസയിൽ വന്നപ്പോൾ എന്നെ കാണുകയുണ്ടായി. അവർ താമസിച്ച വീട്ടിലേക്ക് എന്നെ ക്ഷണിക്കുകയും അവരോടൊപ്പമിരുന്ന് ആഹാരം കഴിക്കാനും ഇന്നത്തെ അവരുടെ സൗഹാർദപരമായ ജീവിതം കാണുവാനും സന്തോഷിക്കുവാനും എനിക്ക് കഴിഞ്ഞു. എന്നോട് അവർക്ക് സ്നേഹ മാണ്. ഭിന്നിച്ചു പോകാൻ പോയ രണ്ടു കുടുംബങ്ങളെ സ്നേഹത്തോടു കൂടി ഒന്നിപ്പിക്കുവാൻ കഴിഞ്ഞതിൽ എന്നോട് അങ്ങേയറ്റം കടപ്പെട്ടിരി ക്കുന്നു എന്ന് അവരെ കാണുമ്പോഴൊക്കെ അവർ പറയാറുണ്ട്. ഞാൻ പലപ്പോഴും ചിന്തിക്കാറുണ്ട്. കാര്യമായി ഭാര്യമാർ എന്തെങ്കിലും പറയു ന്നത് കേട്ട്, സ്വന്തം സഹോദരങ്ങൾ തമ്മിൽ കത്തിയെടുക്കുമ്പോൾ ചിന്തിക്കുവാനുള്ള ബുദ്ധി അവർ കാണിക്കുകയില്ല.. എന്തായിരുന്നാലും ആ ബന്ധം ഇന്നും സ്നേഹത്തോടെ കൂടി മുന്നോട്ടു പോകുന്നു.

അൽഹംദുലില്ലാ ഞാൻ ആ കേസിൽ ഇടപെട്ട് ഒത്തുതീർപ്പാക്കിയ ശേഷമാണ് ദരിയ പോലീസ് സ്റ്റേഷനിൽ എത്തിയത്. അവിടെ എത്തിയ പ്പോൾ ഞാൻ കണ്ട കാഴ്ച വല്ലാത്തതായിരുന്നു. മാനസിക നില തെറ്റി നാൽപത്തിയേഴ് വയസ്സ് പ്രായംവരും ആ മനുഷ്യന്, പാലക്കാട് ജില്ലക്കാ രനായ വിജയകുമാർ, ദരിയ ട്രഡീഷണൽ സിറ്റിയിൽ സൂപ്പർവൈസർ ആയി ജോലി ചെയ്യുന്ന വ്യക്തിയാണ്, ഇപ്പോൾ പരസ്പരവിരുദ്ധമായി എന്തൊക്കെയോ അലറിയും വിളിച്ചും ജയിലിൽ കിടക്കുന്നത്. ദരിയ പോലീസ് സ്റ്റേഷനിലെ ക്യാപ്റ്റൻ എന്റെ ഏറ്റവും അടുത്ത സുഹൃത്താണ് അബ്ദുൽ അസീസ്. ആദ്യമായി പോലീസിൽ അബ്ദുൽ അസീസ് ജോലി തുടങ്ങുന്നത് ബത്ത പോലീസ്റ്റേഷനിൽ ആയിരുന്നു. അത്പോലെ ആദ്യമായി അദ്ദേഹം കൈകാര്യം ചെയ്യുന്ന കേസ് ഞാൻ ബന്ധപ്പെട്ട ഒരു കേസ് ആയിരുന്നു ഒരു മലയാളിയുടെ പോസ്റ്റ് ബോക്സിൽ മറ്റൊരു മലയാളി ഏലസും, കൂടും ലെറ്റർ കവറിൽ വച്ച് അയച്ചത്. അത് പോസ്റ്റ് ഓഫീസ് സിഐഡി സംഘം പിടിക്കുകയും ഈ രണ്ട് അഡ്രസ്സിലുള്ള വ്യക്തികളെയും ബത്തഹ പോലീസ്റ്റേഷനിൽ പിടിച്ചുകൊണ്ടു വരുമ്പോൾ അവരെ രണ്ടുപേരെയും രക്ഷപ്പെടുത്തുവാനും അവർക്കുണ്ടായ ഏതൊക്കെ രീതിയിലുള്ള പ്രശ്നമാണെന്ന് കൃത്യമായി പറഞ്ഞ് പോലീസിന് മനസ്സി ലാക്കി കൊടുക്കുകയും ചെയ്തത് ഞാനായിരുന്നു. ആദ്യമായി അബ്ദുൽ അസീസ് കൈകാര്യം ചെയ്ത കേസും ഇതായിരുന്നു അന്ന് തുടങ്ങിയ ബന്ധമാണ്. ഇന്ന് പതിനെട്ടു വർഷമായി ആ സൗഹൃദം നിലനിന്നു പോകുന്നുണ്ട്.

സാമൂഹ്യ സേവന രംഗങ്ങളിൽ അബ്ദുൽ അസീസ് എന്ന ആ ക്യാപ്റ്റൻ ഉയർന്ന പോലീസ് ഉദ്യോഗസ്ഥന്റെ നിലയ്ക്ക് പ്രവർത്തിക്കുമ്പോൾ സഹോദരബന്ധത്തെ പോലെ ഇന്നും അവരുടെ കുടുംബവുമായി ഞാൻ ബന്ധം ഊട്ടി ഉറപ്പിക്കുന്നു. ആ ക്യാപ്റ്റൻ വിളിച്ചതുകൊണ്ടാണ് ആ ദിവസം ഞാൻ എത്തിയത്. വിജയകുമാർ എന്ന സൂപ്പർവൈസർ മാനസിക നില തെറ്റി മൂന്നുനാലു വാഹനങ്ങളുടെ ഗ്ലാസുകൾ തല്ലിപ്പൊളിക്കുകയും താമസിക്കുന്ന റൂമിൽ മറ്റു കേടുപാടുകൾ വരുത്തുകയും ആത്മഹത്യ ചെയ്യുവാനുമായി ശ്രമിക്കുകയും ചെയ്തു. അവിടെ താമസിക്കുന്ന മറ്റുള്ളവർ ചേർന്നായിരുന്നു അദ്ദേഹത്തെ പിടിച്ചു കെട്ടിയത്. ഇപ്പോൾ പോലീസ് സ്റ്റേഷനിൽ ജയിലിൽ ഒറ്റയ്ക്ക് ഒരു റൂമിൽ ഇട്ടിരിക്കുകയാണ്. ഇപ്പോഴും മാനസിക വിഭ്രാന്തിയിൽ വലിയ ബഹളം ഉണ്ടാക്കി കൊണ്ടിരിക്കുകയാണ്. അദ്ദേഹത്തിന്റെ വിഷയം എന്താണെന്ന് എനിക്ക് വ്യക്തമല്ല. പക്ഷേ, അദ്ദേഹത്തിന്റെ കുടുംബത്തിനകത്തുള്ള അടുത്ത ചില വ്യക്തികൾ അദ്ദേഹത്തിന്റെ റൂമിനടുത്ത് ഉണ്ടായിരുന്നു. അവരെ എന്റെ സാന്നിധ്യത്തിൽ വിളിച്ചുവരുത്തി. വിഷയങ്ങൾ കൃത്യമായി മനസ്സിലാക്കാനായി ശ്രമിച്ചു. അവരുടെ കുടുംബത്തിലുള്ളവരെയും നാട്ടുകാരെയും കൂട്ടി നടത്തിയ ചർച്ചയെ തുടർന്ന് എനിക്ക് മനസ്സിലാക്കാൻ കഴിഞ്ഞത്, സ്വന്തം ഭാര്യ ഇതുവരെ ആ മനുഷ്യൻ ഉണ്ടാക്കിയ സമ്പാദ്യം മുഴുവനും എടുത്തുകൊണ്ട് കുട്ടികളെ ഉപേക്ഷിച്ച് മറ്റൊരു മുപ്പത് വയസ്സുള്ള ചെറുപ്പക്കാരന്റെ കൂടെ ഒളിച്ചോടിപ്പോയി എന്നതാണ്. സ്വർണ്ണവും, ബാങ്കിൽ ഉണ്ടായിരുന്ന പണവും. ഭാര്യയുടെ പേരിൽ വാങ്ങിയ സ്ഥലവും ഒക്കെ ആരുമറിയാതെ വിറ്റ് പണമാക്കി തന്റെ രക്തത്തിൽ പിറന്ന കുട്ടികളെ ഉപേക്ഷിച്ച് ഇന്നലെ കണ്ട ഏതോ ഒരുത്തന്റെ കൂടെ ഒളിച്ചോടിപ്പോയി.

പാവം ആ മനുഷ്യൻ അത് അറിഞ്ഞപ്പോൾ മുതൽ ഒരക്ഷരം ഉരിയാടാതെ ഒറ്റയിരിപ്പായിരുന്നു. ആ മാനസിക സംഘർഷമാണ് പാവം ഈ മനുഷ്യനെ മനോരോഗിയാക്കി ഈ രീതിയിലേക്ക് കൊണ്ടെത്തിച്ചത്. അവരിൽനിന്ന് വ്യക്തമായി എല്ലാം അറിഞ്ഞശേഷം ക്യാപ്റ്റനെ വിളിച്ച് കാര്യവിവരങ്ങൾ അദ്ദേഹത്തോട് പറയുകയും, ഇയാളെ എത്രയും പെട്ടെന്ന് ഏതെങ്കിലും മാനസികാരോഗ്യ കേന്ദ്രത്തിലേക്ക് ചികിത്സക്കായി മാറ്റണം എന്നും പോലീസ് സ്റ്റേഷനിൽ ഇനി ഒരു നിമിഷം പോലും അദ്ദേഹത്തെ കിടത്തരുതെന്നും താഴ്മയോടെ പറഞ്ഞു. എന്തായിരുന്നാലും ക്യാപ്റ്റൻ എന്റെ വാക്കുകൾ ഗൗരവത്തോടെ തന്നെ എടുക്കുകയും തൊട്ടടുത്തുള്ള മെന്റൽ ഹോസ്പിറ്റലിലേക്ക് അഡ്മിറ്റ് ചെയ്യുകയും ചെയ്തു. അദ്ദേഹത്തെ ഹോസ്പിറ്റലിൽ അഡ്മിറ്റ് ചെയ്ത ശേഷമാണ് ഞാൻ റൂമിലേക്ക് മടങ്ങിയത്.

ഏതായാലും മാനസികാരോഗ്യ കേന്ദ്രത്തിൽ ഒരാഴ്ചയോളം ആ മനുഷ്യൻ ചികിത്സയിലായിരുന്നു. കുറച്ചു ദിവസങ്ങളിലെ ചികിത്സയ്ക്ക് ശേഷം ആ മനുഷ്യൻ യാഥാർത്ഥ്യങ്ങളിലേക്ക് തിരിച്ചുവരികയും, ഞാൻ ഉൾപ്പെടെയുള്ള പല വ്യക്തികളും ആ മനുഷ്യനുമായി ഒരുപാട് കാര്യങ്ങൾ സംസാരിക്കുകയും ചെയ്തു. "നിന്നെ വേണ്ടാത്തവരെ നീയും വേണ്ടെന്നു വയ്ക്കണം, പിന്നെ സ്വത്തും സമ്പാദ്യവും ഒക്കെ നമുക്ക് ആരോഗ്യം ഉണ്ടെങ്കിൽ ഇനിയും ഉണ്ടാക്കാൻ പറ്റും. പോയവരൊക്കെ പോട്ടെ എന്ന് ചിന്തിക്കുകയും പുതിയൊരു ജീവിതം ആരംഭിക്കുകയും ചെയ്യണം. നിന്റെ മക്കൾക്ക് വേണ്ടി പുതിയൊരു ജീവിതം കെട്ടിപ്പടുക്കണം. നിന്നെ ഇട്ടിട്ടു പോയവർക്ക് മുന്നിൽ അഭിമാനത്തോടുകൂടി ജീവിച്ചു കാണിക്കണം. മരിക്കുന്നതോ, ജീവിതം തുലക്കുന്നതോ ഒന്നിനും ഒരു പരിഹാരമല്ല. ആത്മാഭിമാനത്തോടുകൂടി എല്ലാവർക്കും മുന്നിൽ ജീവിച്ചു കാണിക്കണം. ഇനി ഒരിക്കലും നിന്റെ മനസ്സ് തളരാൻ പാടില്ല. നമുക്ക് നാം മാത്രമേ ഉള്ളൂ എന്നുള്ള ചിന്ത എപ്പോഴും മനസ്സിൽ ഉണ്ടായാൽ എല്ലാത്തിനും ധൈര്യം പകരും." എന്റെ വാക്കുകൾ ക്ഷമയോടെ ആ മനുഷ്യൻ കേട്ടിരുന്നു. ഏതാ യാലും പിന്നീട് അറിയാൻ കഴിഞ്ഞത് ആ മനുഷ്യന്റെ ഒരു പുനർജന്മം ആയിരുന്നു. ഇന്ന് അറിയപ്പെടുന്ന ഒരു ബിസിനസുകാരനാണ്. മറ്റൊരു വിവാഹം കഴിച്ചു മക്കളുമായി സുഖമായി ജീവിക്കുന്നു,

എന്നാൽ, ആ പാവം മനുഷ്യന്റെ സമ്പാദ്യവുമായി കടന്നുകളഞ്ഞവളുടെ കഥ മണ്ണിൽ അമരുകയാണ് ചെയ്തത്. രണ്ടോ മൂന്നോ മാസം ആ ചെറുപ്പക്കാരനൊപ്പം അവൾ സുഖമായി ജീവിച്ചിട്ടുണ്ടാവും, പിന്നീട് അവളുടെ ദുരിതമായിരുന്നു. ആ ചെറുപ്പക്കാരൻ അവളെ പലർക്കും കൈമാറി. ഒടുവിൽ സഹികെട്ട് അവൾ ആത്മഹത്യ ചെയ്യുകയായിരുന്നു. സ്വന്തം കുടുംബത്തെ സുഭിക്ഷമായി ഉണ്ണിക്കാനും, ഉടുപ്പിക്കാനുംവേണ്ടി മരുഭൂമിയിൽ കിടന്ന് കഷ്ടപ്പെട്ട് ഉണ്ടാക്കിയ സ്വത്തുക്കൾ നഷ്ടപ്പെട്ട് ശാരീരികവും മാനസികവുമായി തകർന്നുപോയ ആ മനുഷ്യന്റെ ശാപമായിരിക്കാം അവൾക്ക് ഏറ്റിട്ടുള്ളത്.

പലനാൾ കള്ളൻ ഒരുനാൾ പിടിയിൽ

ഒരു ദിവസം ഹരാജിലുള്ള എന്റെ ഒരു പഴയകാല സുഹൃത്ത് അഹമ്മദ് എന്ന യമൻ പൗരൻ എന്നെ വിളിക്കുകയുണ്ടായി. അവന്റെ ആദ്യ സംഭാഷണം തന്നെ വളരെ ബേജാറിൽ ആയിരുന്നു. “റാഫി എന്റെ ഷോപ്പ് വരെ ഒന്ന് അത്യാവശ്യം വരണം.” ഞാൻ അല്പം തിരക്കിൽ ആയതുകൊണ്ട് അവനോട് ചോദിച്ചു, “വൈകുന്നേരം വന്നാൽ മതിയോ?”

“ഒക്കെ. അപ്പോൾ വന്നാൽ മതി” എന്ന് അവൻ പറഞ്ഞു. അപ്പോൾ കാരണമെന്താണെന്ന് ഞാൻ ചോദിച്ചതുമില്ല. അവൻ പറഞ്ഞതുമില്ല, വൈകുന്നേരം ആയപ്പോൾ ഞാൻ ഷോപ്പിലേക്ക് ചെന്നു. വലിയൊരു ഷോപ്പാണ്. പെർഫ്യൂമും മറ്റു ക്രീം അയിറ്റങ്ങളും സോപ്പും, പൗഡറുകളും, ബദാമും അണ്ടിപ്പരിപ്പും, ചോക്ലേറ്റുകളും ഉള്ള വലിയൊരു ഷോപ്പ്. അഹമ്മദ് എന്നെ കണ്ടതും ഓടി അരികത്തേക്ക് വന്നു. എന്നിട്ട് എന്നോട് വളരെ വിഷമത്തോടുകൂടി പറഞ്ഞു “ആ നിൽക്കുന്ന ആളിനെ അറിയാമോ” എന്ന്. ഞാൻ പറഞ്ഞു “അറിയാമല്ലോ. ഞാൻ ഇവിടെ വരുമ്പോഴെല്ലാം കാണുന്നതല്ലേ.” അപ്പോൾ അദ്ദേഹം എന്നോട് പറയുകയുണ്ടായി. “ഇവൻ എല്ലാ ദിവസവും എന്റെ കടയിൽനിന്ന് ക്യാഷ് അടിച്ചുമാറ്റുന്നുണ്ട്. ഇവനെ എത്ര വിശ്വസിച്ചാണ് ഞാൻ കടയിലെ ക്യാഷ് കൗണ്ടർ ഏൽപ്പിച്ചത്. മലയാളികളെ എനിക്ക് അത്ര കണ്ടിട്ട് ഇഷ്ടമായിരുന്നു. അതുകൊണ്ടാണ് റാഫിയെ ഈ വിഷയത്തിന് ഞാൻ വിളിച്ചത്. റാഫി എന്ത് തീരുമാനമെടുക്കുന്നു, അതേപോലെതന്നെ എന്റെ തീരുമാനം.” കേട്ടപ്പോൾ എനിക്ക് വിഷമവും ദേഷ്യവും ഒക്കെ തോന്നി. ഞാൻ ഇവനെ പിടിച്ചു പോലീസിൽ ഏൽപ്പിക്കാം എന്ന് ആദ്യം കരുതി. പക്ഷേ, മലയാളി സമൂഹത്തിനോടുള്ള സ്നേഹവും ബഹുമാനവും കൊണ്ടാണ് ഞാൻ പോലീസിൽ ഏൽപ്പിക്കാതിരുന്നത്.”

അദ്ദേഹം പറയുന്നത് കേട്ടിട്ട് സങ്കടം തോന്നിപ്പോയി. “ആറുവർഷമായി എന്നോട് കൂടെ നിൽക്കുകയാണിവൻ. അവനോടുള്ള സ്നേഹവും വിശ്വാസവും കൊണ്ടാണ് മൂന്നര വർഷമായി ഇവനെ ഈ സ്ഥാപനത്തിന്റെ ക്യാഷ് കാര്യങ്ങൾ കൈകാര്യം ചെയ്യാൻ ഏല്പിച്ചത്. അവനാണ് ഇപ്പൊ എന്നെ വഞ്ചിച്ചുകൊണ്ടിരിക്കുന്നത്. പല ദിവസങ്ങളിലും പൈസയിൽ

കുറവ് വന്നപ്പോൾ ഞാൻ വലിയ കാര്യമാക്കിയില്ല. അവനെ കണ്ണടച്ചു വിശ്വസിച്ചു. അവൻ ഒരിക്കലും എന്നോട് അത് ചെയ്യില്ല എന്ന വിശ്വാസം ആയിരുന്നു. ഇന്ന് എഴുനൂറ് റിയാലിന്റെ കുറവു കണ്ടു. മറ്റാരും ഇവിടെ വന്നിട്ടില്ല. അങ്ങനെയാണ് അവനെ സംശയം തോന്നിയത്. ചോദിച്ച പ്പോൾ അവൻ എടുത്തില്ല എന്നാണ് പറഞ്ഞത്. പക്ഷേ, അടുത്ത കടക്കാരനെ കൊണ്ട് ഞാൻ അവനെ തമാശയ്ക്കെന്നോണം മൊത്തം ചെക്ക് ചെയ്തു അവന്റെ കയ്യിൽനിന്ന് ഒളിപ്പിച്ച നിലയിൽ ആ പൈസ കണ്ടെടുക്കുകയു ണ്ടായി. എനിക്ക് സഹിക്കാൻ പറ്റുന്നില്ല. ഞാനവന് ശമ്പളവും, കിമ്പളവും ഒക്കെ കൊടുക്കുന്നുണ്ടായിരുന്നു. ഒന്നും മുടക്കം വരുത്തിയിട്ടില്ല ഇതു വരെയും. എന്നിട്ടും എന്ത് ചതിയാ. റാഫി അവൻ എന്നോട് ചെയ്തത്."

അഹമ്മദ് സങ്കടംകൊണ്ട് എന്നോട് വീണ്ടും വീണ്ടും ആ കഥ തന്നെ പറഞ്ഞുകൊണ്ടിരുന്നു. "ഈ മലബാറി, അവൻ എന്നെ ചതിക്കുകയാ യിരുന്നു." എല്ലാം കേട്ടിട്ട് ആ മലയാളിയോട് വല്ലാത്ത അരിശം തോന്നി. ഈ കള്ളനെ എങ്ങനെയാണ് ശിക്ഷിക്കേണ്ടത് എന്ന് ആലോചിച്ചു ഞാൻ അവനോട് ചോദിച്ചു. "നീ ഒരു ദിവസം ആറുമണിക്കൂർ കൊണ്ട് 700 റിയാൽ ശമ്പളത്തിനും കിമ്പളത്തിനും പുറമേ സമ്പാദിക്കുന്നുണ്ടെങ്കിൽ നീ നാട്ടിൽ വലിയ രാജാവായിട്ടുണ്ടാവുമല്ലോ. ഞങ്ങളൊക്കെ രാപകലി ല്ലാതെ കഷ്ടപ്പെട്ടിട്ട് 500 റിയാൽ പോലും സമ്പാദിക്കാൻ പറ്റുന്നില്ല. അതും സ്വന്തം ബിസിനസ് ആയിട്ട് പോലും. നിന്നെ സമ്മതിക്കണം. ചങ്കൂറ്റം കൊള്ളാം, നിന്നെപ്പോലെയുള്ളവന്മാരാണ് നാടിന്റെ ശാപം."

അതുകേട്ട് കരഞ്ഞുകൊണ്ട് അവൻ എന്നോട് പറയുകയാണ് "ഇക്കാ ഞാൻ ഇതുവരെ ഈ ഷോപ്പിൽ നിന്ന് ഒന്നും എടുത്തിട്ടില്ല. ഇന്ന് ആദ്യ മായാണ് എടുക്കുന്നത്. വീട്ടിൽ ഒരു അത്യാവശ്യം വന്നു വേറെ മാർഗം ഒന്നുമില്ലാത്തതുകൊണ്ടാണ് ഞാനിത് എടുത്തത്." ഞാൻ അവന്റെ കരണ കുറ്റിക്ക് ഒറ്റ അടിവച്ചു കൊടുത്തു. അഹമ്മദ് എന്നോട് എല്ലാം പറഞ്ഞു ഇനി നീ ഒന്നും മിണ്ടണ്ട. തെളിവ് സഹിതം പിടിച്ച തെറ്റുപോലും ഏറ്റു പറയാത്ത നീ പെരും കള്ളനാണ്, "അഹമ്മദ് ഇതുവരെ ഈ മൂന്നര വർഷംകൊണ്ട് നീ ഒരുപാട് സമ്പാദിച്ചിട്ടുണ്ടാകുമല്ലോ. ഇനി നാട്ടിൽ പോയി അതൊക്കെ ചെലവാക്കി സുഖിച്ചു ജീവിച്ചോ. നീയൊരു മലയാളി ആയതു കൊണ്ടാണ് ഞാൻ പോലീസിൽ ഏൽപ്പിക്കാത്തത്. നിനക്ക് കുടുംബവും കുട്ടികളും മാതാപിതാക്കളും ഒക്കെ ഉണ്ടെന്നു വിചാരിച്ച് വെറുതെ വിടുന്നു. നിന്നെപ്പോലുള്ളവൻമാരാണ് മലയാളി സമൂഹ ത്തിന്റെ പേര് കളയുന്നത്."

അത്രയും പറഞ്ഞ് അഹമ്മദിനെ വിളിച്ച് അവനെ എക്സിറ്റിൽ നാട്ടിലേക്ക് അയക്കാൻ പറഞ്ഞു അല്ലെങ്കിൽ വീണ്ടും ഇവൻ ഈ പ്രവർത്തി ആവർ ത്തിക്കുകയും അവന്റെ മയ്യത്ത് പോലും നാട്ടിൽ കാണാൻ പറ്റാത്ത അവസ്ഥ ആവുകയും ചെയ്യും. എപ്പോഴും എല്ലാവരും ഒന്നും ക്ഷമിക്കണ

മെന്നില്ല, പ്രത്യേകിച്ച് അറബ് വംശജർ. അവർ വിശ്വസിച്ചാൽ ഹൃദയവും പറിച്ചു കൊടുക്കും. വെറുത്താൽ പിന്നെ ഹൃദയം തുടിക്കില്ല. ഇതുപോലെ ഉള്ള പല മോഷണ കേസുകളിലും പലപ്പോഴും എനിക്ക് ഇടപെടേണ്ടി വന്നിട്ടുണ്ട്. അവിടെയൊക്കെ മലയാളികളുടെ ശരീരത്തിൽ പോറലേൽക്കാതെ ഞാൻ രക്ഷിക്കാൻ ശ്രമിച്ചിട്ടുണ്ട്. കാരണം നാട്ടിലെ ദാരിദ്ര്യവും പട്ടിണിയും ഒരുപക്ഷേ, അവരെ കള്ളം ചെയ്യാൻ പ്രേരിപ്പിക്കുന്നതാവാം, അല്ലെങ്കിൽ പെട്ടെന്ന് പണക്കാരനാവാനുള്ള അതിമോഹം ആവാം. ഏതായാലും പല അതിമോഹങ്ങളും ജയിലിൽ ശിക്ഷക്ക് ശേഷം പ്രവാസം അവസാനിച്ച കഥയാണ് എന്റെ കൺമുന്നിൽ എനിക്ക് കാണാൻ കഴിഞ്ഞിട്ടുള്ളത്. ഒരു റിയാൽ ആണെങ്കിലും അധ്വാനിച്ച് ഉണ്ടാക്കുന്ന പൈസയ്ക്ക് എന്നും മൂല്യം തന്നെയാണ്, അതിനെ ബർക്കത്ത് ഉണ്ടാവുകയുള്ളൂ. മറ്റുള്ളവന്റെ റിസ്ക് മോഷ്ടിച്ചെടുത്ത ആരും എവിടെയും എത്തിയിട്ടില്ല. അവനൊക്കെ ഇന്നല്ലെങ്കിൽ നാളെ നാശം തന്നെയാണ് ഭവിക്കുക.

പ്രവാസിയുടെ പ്രിയ ഭാര്യ

ഒരു നിമിഷംകൊണ്ട് എല്ലാം അവസാനിപ്പിക്കാൻ കഴിയുന്ന ഒരേ ഒരു ജീവി മനുഷ്യനാണ്. മരണം ആയിക്കോട്ടെ, ബന്ധങ്ങൾ ആയിക്കോട്ടെ, എന്തും അവന് ഇല്ലാതാക്കാൻ പ്രാപ്തിയുണ്ട്. പ്രവാസലോകത്ത് ആത്മഹത്യകൾ ഇടയ്ക്ക് കൂടി വരാറുണ്ട്. മിക്കവാറും കുടുംബവിഷയ ങ്ങളും മാനസിക വിഭ്രാന്തിയും ഒക്കെ ആയിരിക്കാം കാരണങ്ങൾ. മിക്ക പ്രവാസികളും അവരുടെ കുടുംബ വിഷയങ്ങൾ മറ്റൊരു വഴിയിൽ കൂടി സഞ്ചരിക്കുമ്പോഴാണ് സഹിക്കാൻ വയ്യാതെ ആത്മഹത്യ ചെയ്യുന്നത്. ആത്മഹത്യ ഒന്നിനും പരിഹാരമാകുന്നില്ല എന്ന് ആത്മഹത്യ ചെയ്യാൻ ഉദ്ദേശിക്കുന്ന വ്യക്തിക്ക് അറിയാമെങ്കിലും സാഹചര്യം അവനെക്കൊണ്ട് അത് ചെയ്യിപ്പിക്കുകയാണ്. സ്വന്തം മരണംകൊണ്ട് എല്ലാത്തിനും പരിഹാര മാവും എന്ന വ്യാമോഹം ആവാം ആ മനുഷ്യനെ ജീവനെ എടുക്കാൻ പ്രേരിപ്പിക്കുന്നത്.

പക്ഷേ, പ്രവാസ ലോകത്താണ് ഈ പ്രവൃത്തി അവർ ചെയ്യുന്നതെങ്കിൽ ആത്മഹത്യ ചെയ്തവന്റെ കൂടെ ജീവിച്ചിരിക്കുന്നവനായിക്കോട്ടെ, മരിച്ചു പോയവൻ ആയിക്കോട്ടെ രണ്ടുപേരും ഒരുപാട് നൂലാമാലകളുടെ കുരുക്കഴിച്ച ശേഷമേ ശാന്തി കിട്ടുകയുള്ളൂ. പ്രത്യേകിച്ച് സൗദി അറേബ്യയെ പോലുള്ള രാജ്യത്ത് ആത്മഹത്യ ചെയ്യുമ്പോൾ ദൈവം നൽകിയ ജീവൻ നമുക്ക് സ്വയം തുടച്ചുനീക്കാനനുവാദമില്ല. ദൈവം നൽകിയ ജീവൻ ദൈവത്തിന്റെ ഉത്തരവാദിത്വമാണ്. നമ്മുടെ ജീവൻ തിരിച്ചെടുക്കേ ണ്ടവനും അവൻ തന്നെയാണ്. അതിനെ ധിക്കരിച്ച് ആത്മഹത്യ ചെയ്യുന്ന വർക്ക് യാതൊരു പരിഗണനയും ആർക്കും കൊടുക്കാൻ പറ്റുകയില്ല. ഒരുപാട് നിയമ പ്രതിസന്ധികൾ ആത്മഹത്യയുടെ പിന്നിലുണ്ട്. പോസ്റ്റു മോർട്ടം, മറ്റ് എൻക്വയറികൾ എന്നിങ്ങനെ. ഞാൻ കഴിഞ്ഞ ദിവസം ഫ്രീസറിൽ നിന്ന് ഐസ് രൂപത്തിൽ ശവപ്പെട്ടിയിലേക്ക് വയ്ക്കുന്ന ഒരു മയ്യത്ത് കാണാനിടയായി. ചിലപ്പോൾ അത് വർഷങ്ങൾ പിന്നിട്ടിട്ടു ണ്ടാവാം.

കേസിന്റെ നിയമനടപടികൾ കഴിഞ്ഞ് വർഷങ്ങൾക്ക് ശേഷമാണ് ആ ജീവനറ്റ ശരീരം മണ്ണിലേക്ക് മടങ്ങുന്നത്. എന്നാൽ ചിലത് പെട്ടെന്ന് എൻക്വയറി കഴിഞ്ഞേക്കാം. പലപ്പോഴും ഞാൻ ചിന്തിക്കാറുണ്ട് ആത്മ ഹത്യ ചെയ്യുന്ന ഈ വ്യക്തികൾക്ക് സ്വന്തം നാട്ടിൽ പോയി ആത്മഹത്യ

ചെയ്താൽ പോരായിരുന്നോ. നാട്ടിലുള്ള അച്ഛനമ്മമാർക്കും സഹോദരങ്ങൾക്കും ഭാര്യക്കും കുട്ടികൾക്കും ഇദ്ദേഹത്തിന്റെ ബോഡി നാട്ടിൽ കൊണ്ടുപോയി അടക്കം ചെയ്യുന്നതുവരെ ആ വീട് ഒരു ദുരന്ത വീടായിരിക്കും. അടക്കം ചെയ്യുന്നത് വരെ ഒരു നല്ലൊരു ആഹാരം കഴിക്കാൻ പറ്റില്ല. ഒരു തുള്ളി വെള്ളം തൊണ്ടയിൽനിന്നു അകത്തേക്ക് ഇറങ്ങില്ല. അത് ഇനി എന്റെ വീട്ടിൽ സംഭവിച്ചാലും, നിങ്ങളെ വീട്ടിൽ സംഭവിച്ചാലും. ആത്മഹത്യ ചെയ്യുന്നവൻ ഒരിക്കലും ചിന്തിക്കുന്നില്ല. ഇങ്ങനെയൊക്കെ ഇതിനു ശേഷം നടക്കും എന്നുള്ളത്. സാധാരണ മരണമാണെങ്കിൽ എത്രയും പെട്ടെന്ന് തന്നെ പ്രൊസീജർ കഴിഞ്ഞു നാട്ടിലേക്ക്. സാമൂഹ്യ പ്രവർത്തകർ ഇടപെട്ടെങ്കിലും എത്തിക്കും. കൂടിപ്പോയാൽ രണ്ടോ മൂന്നോ ദിവസം, അത്ര മാത്രമേയുള്ളൂ. ആത്മഹത്യയുടെ നൂലാമാലകൾ ഒരു സാമൂഹിക പ്രവർത്തകൻ എന്ന നിലയ്ക്ക് പലപ്പോഴും എനിക്ക് മനസ്സിലാക്കാൻ കഴിഞ്ഞിട്ടുണ്ട്. ഞാൻ പലപ്പോഴും പറയാറുള്ളത് അതുതന്നെയാണ്. ആത്മഹത്യ ചെയ്യുന്നവൻ നാട്ടിൽ പോയി ആത്മ ഹത്യ ചെയ്യൂ. എന്തിന് മറ്റുള്ളവരെ ബുദ്ധിമുട്ടിക്കുന്നു എന്നാണ്.

ഇത് എഴുതാൻ കാരണം, ഒരു ബുധനാഴ്ച. അഞ്ചു വർഷങ്ങൾക്കു മുമ്പുള്ള കാര്യമാണ്, എനിക്ക്. നാട്ടിൽ നിന്ന് ഒരു ഫോൺകോൾ വന്നു. ഫോൺ വിളിച്ച ആൾക്ക് എന്റെ നമ്പര് ഏതോ വഴി കിട്ടിയതാണ്. വിളിച്ച ആളുടെ അനുജൻ റിയാദിൽ താമസിക്കുന്ന റൂമിന്റെ പുറത്തുള്ള വരാന്തയിൽ തൂങ്ങി ആത്മഹത്യ ചെയ്തു എന്നതാണ് അദ്ദേഹം പറഞ്ഞത്. ഞാൻ അദ്ദേഹത്തിനോട് ചോദിച്ചു "കൃത്യമായിട്ട് അറിഞ്ഞിട്ടാണോ നിങ്ങൾ പറയുന്നത് എന്ന്". അതെ എന്റെ മൊബൈലിലേക്ക് അദ്ദേഹം ഫോട്ടോ അയച്ചു. ആത്മഹത്യ ചെയ്ത ഫോട്ടോയാണ് അയച്ചത്. അദ്ദേഹം ജോലി ചെയ്യുന്ന കമ്പനിയിലെ സുഹൃത്തുക്കളാണ് വിവരമറിയിച്ചത് എന്ന് പറയുന്നു. രാവിലെ അവർ ജോലിക്ക് പോകുന്നതിനു വേണ്ടി പുറത്തിറങ്ങിയപ്പോൾ തൂങ്ങി നിൽക്കുന്നതാണ് കാണുന്നത്. എനിക്ക് കമ്പനിയിലെ ഒരാളുടെ നമ്പർ അയച്ചു തന്നിരുന്നു. അദ്ദേഹത്തെ വിളിച്ചു ഞാൻ സംസാരിച്ചു. "പോലീസിനെ വിളിച്ചോ" എന്ന് ഞാൻ ചോദിച്ചു. കമ്പനിയുടെ മുതിറന്മാർ വന്നു പോലീസിനെ വിളിച്ചിട്ടുണ്ട് എന്ന് പറഞ്ഞു. "ഞാൻ ഒരു മണിക്കൂറിനകം എത്താം" എന്ന് പറഞ്ഞു. ഞാൻ ഒരു മണിക്കൂറിനകം അവിടെ എത്തി. പോലീസും ബലദിയയുടെ വണ്ടിയും വന്നു ബോഡി അറുത്ത് ഇറക്കി. അദ്ദേഹത്തിന്റെ പോക്കറ്റിൽ ഒരു കത്ത് ഉണ്ടായിരുന്നു. പോലീസ് കത്ത് എടുത്തു എന്നെക്കൊണ്ട് വായിപ്പിച്ചു. കൃത്യമായിട്ടുള്ള വിവരണം ഞാൻ പറഞ്ഞു കൊടുത്തു.

ആ കത്തിൽ ഒരു ഭർത്താവ് ഭാര്യയെ എന്തുമാത്രം സ്നേഹിക്കുന്നുണ്ടെന്ന്. കൃത്യമായി എഴുതിയിട്ടുണ്ട്. തന്റെ ജീവനെപ്പോലെ സ്നേഹിച്ച

ഭാര്യ. ഞാൻ വാങ്ങിയ എല്ലാ സമ്പാദ്യങ്ങളും അവളുടെ പേരിൽ ആയിരുന്നു. അവൾ ആവശ്യപ്പെടുന്ന എന്ത് സാധനങ്ങളും അയാൾ വാങ്ങി കൊടുക്കുമായിരുന്നു. അത്ര കണ്ടിട്ട് അദ്ദേഹം അവളെ സ്നേഹിച്ചു ഒരു ദിവസം പോലും വിളിക്കാത്ത ദിവസങ്ങളില്ലായിരുന്നു. പക്ഷേ, ഒരിക്കലും പ്രതീക്ഷിക്കാതെ അവൾക്ക് ഒരു വഴിവിട്ട ബന്ധം ഉണ്ടായി. പലനാൾ കള്ളൻ ഒരുനാൾ പിടിക്കപ്പെടും എന്നതുപോലെ ആയിരുന്നു. അവരുടെ നാട്ടിൽ ഒരു സ്റ്റുഡിയോക്കാരനുമായി പല ദിവസങ്ങളും ഒന്നിച്ചു സഞ്ചാരവും രാത്രികളിൽ വീട്ടിൽ വന്ന് ഒന്നിച്ചു കിടപ്പറ പങ്കിട്ടും അവർ ആഘോഷിച്ചു വരികയായിരുന്നു. ഇതൊന്നും ഈ പാവം പ്രവാസി അറിഞ്ഞിരുന്നില്ല. നാട്ടിലുള്ള പാവം പ്രവാസിയുടെ ചില സുഹൃത്തുക്കൾക്ക് സ്റ്റുഡിയോകാരന്റെ വരവിലും പോക്കിലും സംശയമുണ്ടായിരുന്നു എങ്കിലും ഇവനോട് എങ്ങനെ പറയും എന്നുകരുതി കുറെനാൾ ഒളിപ്പിച്ചുവെച്ചു. പക്ഷേ, വരവും പോക്കും നിത്യമായപ്പോൾ ഇനിയും ഒളിപ്പിച്ചു വെക്കുന്നതിൽ കാര്യമില്ലെന്ന് മനസ്സിലാക്കി. ഒരു ദിവസം രാത്രിയിൽ ആരും അറിയാതെ അവളുടെ വീട്ടിലേക്ക് വന്ന സ്റ്റുഡിയോക്കാരനായ കാമുകനെ ചിലർ ചേർന്ന് പിടിക്കുകയുണ്ടായി. പിടിക്കുന്ന സമയത്തിന് തൊട്ട് മുമ്പ് തന്നെ ഭർത്താവായ വ്യക്തിയെ കാര്യങ്ങൾ വിളിച്ച് അറിയിക്കുകയും ഇന്ന് കയ്യോടെ അവനെ പിടിക്കുകയും ചെയ്യും എന്ന് പറഞ്ഞു. (ഭർത്താവിന്റെ പേര്, ആ സ്ത്രീയുടെ പേര്, നാട് ഒന്നും ഞാൻ എഴുതുന്നില്ല.) കാരണം ഇന്ന് ആ സ്ത്രീ സുഖമായി ജീവിക്കുന്നുണ്ട്. ഈ പാവം മനുഷ്യൻ സമ്പാദിച്ച സമ്പാദ്യമൊക്കെ അവളുടെ പേരിലായിരുന്നു. ഇന്ന് അവൾക്ക് ഒരു കാമുകൻ അല്ല, ചെറുപ്പക്കാരായ ഒട്ടനവധി കാമുകന്മാരുമായി സുഖിച്ചു ജീവിക്കുന്നു.

കൂട്ടുകാർ വിളിച്ച് അറിയിച്ചപ്പോൾ ആ പാവം മനുഷ്യൻ ആദ്യം ഒന്നും വിശ്വസിച്ചില്ല. അത്രയ്ക്ക് വിശ്വാസമായിരുന്നു തന്റെ പ്രിയപ്പെട്ട ഭാര്യയെ. പിന്നീട് രണ്ടുപേരുടെയും ഫോട്ടോയെടുത്ത് അദ്ദേഹത്തിന്റെ വാട്സാപ്പിൽ അയച്ചു കൊടുത്തപ്പോഴാണ് അദ്ദേഹത്തിന്റെ സമനില തെറ്റിയത്. അങ്ങനെയാവാം ആ പാവം മനുഷ്യൻ ജീവിക്കേണ്ട എന്ന തോന്നൽ ഉറപ്പിച്ചത്, ഓരോ പ്രവാസികൾക്കും ചിലപ്പോൾ തിരിച്ചറിവിന്റെ ഓർമ്മപ്പെടുത്തൽ ആയിരിക്കും ഇത്. ഭാര്യയെ ഇത്രകണ്ട് സ്നേഹിക്കുകയും തന്റെ സമ്പാദ്യവും തന്റെ രക്തവും ഭാര്യക്ക് വേണ്ടി മാത്രം മാറ്റിവെച്ച് ജീവിച്ച ഒരു പാവം പ്രവാസി ഒരു നിമിഷംകൊണ്ട് ഉടുത്തിരുന്ന ലുങ്കിയിൽ ജീവിതം അവസാനിപ്പിച്ചു.

ഭാര്യമാരെ സ്നേഹിക്കേണ്ട എന്നല്ല, ഭാര്യമാരെ സ്നേഹിക്കണം, ബഹുമാനിക്കണം, അവരെ അല്പം നിയന്ത്രിക്കണം, അവരിലുള്ള നിയന്ത്രണം കെട്ടഴിച്ചു വിട്ടാൽ അവർ ചിലപ്പോൾ വഴിവിട്ടപോലെ സഞ്ചരിക്കും. വല്ലപ്പോഴും ആ കെട്ടിയ കെട്ട് ഇടക്ക് മുറുക്കണം. ഇതൊരു ഓർമ്മപ്പെടുത്തൽ മാത്രമാണ്.

കട്ടവന് അറിയോ പോയവന്റെ ദണ്ണം

പൊതുമാപ്പിന്റെ സമയത്തായിരുന്നു തമിഴ്നാട് കടലൂർ സ്വദേശി സെൽവരാജ് എന്ന മനുഷ്യൻ റിയാദിലെ സുമൈസിയിലെ പഴയ നാടു കടത്തൽ കേന്ദ്രത്തിൽ എത്തുന്നത്. തർഹീലിൽ എല്ലാദിവസവും ആയിര ക്കണക്കിന് ആൾക്കാർ പൊതുമാപ്പ് ഉപയോഗപ്പെടുത്തി, എക്സിറ്റ് അടിക്കുവാൻ വേണ്ടി അവിടെ എത്തുന്നുണ്ടായിരുന്നു. ഇന്ത്യൻ എംബസിയുടെ പ്രതിനിധിയായി സോഷ്യൽ വർക്കർ എന്ന നിലയ്ക്ക് അവിടെ വരുന്ന ആൾക്കാർക്ക് വേണ്ടിയുള്ള സഹായങ്ങൾ, അവർക്കു വേണ്ട ആഹാരങ്ങൾ വെള്ളം, ജ്യൂസ് തുടങ്ങിയവ പല സ്പോൺസർ മാരുടെയും സഹായത്തോടുകൂടി എല്ലാദിവസവും ഞങ്ങൾ അവിടെ എത്തിക്കുമായിരുന്നു. കാരണം,നല്ല ചൂടുള്ള സമയമായിരുന്നു. പല വരികളിലായി നൂറുകണക്കിന് ആൾക്കാർ പൊരി വെയിലത്ത് വരിക്ക് നിൽക്കുമ്പോൾ കീറിയ കാർട്ടൂൺ കഷ്ണം തലയുടെ മുകളിൽ പിടിച്ചു കൊണ്ട് നിൽക്കുന്ന മനുഷ്യന്റെ കാഴ്ച നമുക്ക് ഓരോരുത്തർക്കും കാണാൻ കഴിയുമായിരുന്നു. അതിനിടയിൽ പല രണ്ടാം നമ്പർ ടീമുകളും പണം ഉണ്ടാക്കുന്നതിനുവേണ്ടി ഉടായിപ്പുമായി അവിടെ കറങ്ങി നടക്കുന്നത് കാണാം.

ഇവിടെ വരുന്ന പാവങ്ങളെ പെട്ടെന്ന് എക്സിറ്റ് അടിച്ചു തരാം എന്ന് പറഞ്ഞു കബളിപ്പിച്ചും മറ്റ് സഹായങ്ങൾ ചെയ്തു തരാം എന്നൊക്കെ പറഞ്ഞ് ചുറ്റിലും നടക്കുന്ന ചില സ്വാർത്ഥതൽപരരായ വ്യക്തികൾ നമ്മളെപ്പോലെയുള്ള ആൾക്കാരെ കാണുമ്പോൾ അവർ മാറി നടക്കും. അതിൽ നല്ലൊരു ശതമാനം മലയാളികളും ബംഗാളികളും പാകിസ്ഥാനി കളുമുണ്ടായിരുന്നു. മറ്റു രാജ്യക്കാർ കുറവായിരുന്നു. ദിവസങ്ങളും മാസങ്ങളും നാടുകടത്തൽ കേന്ദ്രത്തിന്റെ മുന്നിൽ നേരം വെളുക്കുമ്പോൾ ഞങ്ങൾ എത്താറുണ്ടായിരുന്നു. ആ കാലയളവിലാണ് തമിഴ്നാട്ടു കാരനായ ഒരാൾ കരഞ്ഞു വിളിച്ചുകൊണ്ട് ഞങ്ങളുടെ ഇടയിലേക്ക് വന്നത്. തന്റെ പെട്ടിയിൽ ഉണ്ടായിരുന്ന സാധനങ്ങളും പണം മുഴുവനും എടുത്തുകൊണ്ട് കൂടെ താമസിച്ചിരുന്ന മലയാളി മുങ്ങി എന്ന് പറഞ്ഞത്. അദ്ദേഹത്തിന്റെ കരച്ചിൽ കണ്ടിട്ട് എനിക്ക് വല്ലാതെ വിഷമമായി. രണ്ടു

മണിക്കൂറിനു മുമ്പേ എക്സിറ്റ് അടിച്ചു പോയ ആളായിരുന്നു. പാവത്തിന്റെ പണ്ടവും, പണവുമായി മുങ്ങിയത്. ഇവർ രണ്ടുപേരും ഒരുമിച്ചാണ് എക്സിറ്റ് അടിക്കാൻ വന്നത്.

സെൽവരാജ് സൗദിയുടെ ബുറൈദ എന്ന് പറയുന്ന പ്രദേശത്തിൽ നിന്ന് വന്നതാണ്. തന്റെ മകളുടെ കല്യാണത്തിന് വർഷങ്ങളായി കൂട്ടിവെച്ചിരുന്ന സ്വർണ്ണം ഇരുപത്തി രണ്ട് പവനും തന്റെ പെട്ടിയിൽ ഉണ്ടായിരുന്ന 16500 റിയാലും കാണാതെ പോയി എന്ന് പറഞ്ഞ് നെഞ്ചു പൊട്ടിയായിരുന്നു അദ്ദേഹം കരഞ്ഞത്. ഞാൻ എക്സിറ്റ് അടിച്ച ഡീറ്റൈലുകൾ എക്സിറ്റ് സെന്ററിന്റെ അകത്ത് പോലീസുകാരനുമായി സംസാരിച്ചു ആ ഫയലിൽനിന്ന് അദ്ദേഹത്തിന്റെ ഡീറ്റൈലുകൾ എടുത്തു. എക്സിറ്റ് ക്യാൻസൽ ചെയ്തു. ഞങ്ങൾ ഇദ്ദേഹത്തിനെ കുറിച്ചുള്ള അന്വേഷണം നടത്തുവാൻ തുടങ്ങി. പല പ്രദേശങ്ങളിലുള്ള ഡ്രൈവർമാർക്ക് ഇദ്ദേഹത്തിന്റെ ഫോട്ടോയും ഡീറ്റെയിലും നൽകി അന്വേഷണം നടത്തി. സെൽവരാജിനെ എന്റെ റൂമിൽ ആ ദിവസങ്ങളിൽ താമസിപ്പിക്കുകയും ചെയ്തു. പല പ്രദേശങ്ങളിലും ഇദ്ദേഹത്തിന്റെ ഫോട്ടോ വെച്ചുള്ള ഡീറ്റൈലുകൾ ഞങ്ങൾ പല വാഹനങ്ങളിലും കൊടുത്തു. അതിനിടയിൽ ഒരു ഡ്രൈവർ, വാനിൽ സെയിൽസ് ചെയ്യുന്ന ഒരു വ്യക്തി എന്നെ ഫോൺ ചെയ്തു പറഞ്ഞു. “ഇങ്ങനെ ഒരാൾ ഷിഫാ ഹൈ ബദറിൽ ഒരു സൂപ്പർ മാർക്കറ്റിൽ നിൽക്കുന്നത് കണ്ടു അദ്ദേഹം ആ കടയിൽ സാധനം കൊടുക്കുന്ന ആളാണ്” എന്ന് പറഞ്ഞു. “അവിടെ ഇദ്ദേഹം നിൽക്കുന്നത് കണ്ടതു കൊണ്ടാണ് ഞാൻ അറിയിച്ചത്.” ഉടനെ തന്നെ ഞങ്ങളുടെ ടീം മൂന്നുനാലു വാഹനങ്ങളിലേക്ക് അവിടേക്ക് പോയി.

ഞങ്ങൾ അവിടെ എത്തിയപ്പോൾ ടോം ആൻഡ് ജെറിയിലെ ടോമും ജെറിയും തമാശകൾ കളിക്കുന്നത് പോലെ ഇദ്ദേഹം സൂപ്പർമാർക്കറ്റിൽ സ്റ്റാഫുകളുമായി തമാശകൾ പറഞ്ഞ് കളിച്ചുകൊണ്ടിരിക്കുകയായിരുന്നു. പ്രതീക്ഷിക്കാതെ ആയിരുന്നു ഞങ്ങൾ അവിടെ എത്തിയത്. മുന്നിൽ സെൽവരാജിനെ കണ്ട് അതോടുകൂടി ഈ മലയാളിയായ കള്ളന്റെ മുഖം വിളറി. രക്ഷപ്പെടാനായി ഒരു വഴിയും ഇല്ലാത്ത അവസ്ഥയിലേക്ക് ആയി. ഞാൻ അയാളോട് ചോദിച്ചു, “ഈ നിൽക്കുന്ന ആളിനെ അറിയാമോ എന്ന്” ഉടനെ തന്നെ എന്നോട് പറഞ്ഞു “അറിയില്ല” എന്ന്. പിന്നെ ഒന്നും നോക്കിയില്ല. എന്റെ കൺട്രോൾ പോയി. ഞാൻ അടിക്കുവാനായി കൈ പൊക്കുന്നതിന് മുമ്പേ സെൽവരാജ് അദ്ദേഹത്തിന്റെ കവിളിലേക്ക് ഒരു അടി. അടിയിൽ ആ മലയാളിയുടെ കണ്ണിൽ നിന്നും പൊന്നീച്ച വന്നത് കണ്ടു. സെൽവരാജ് ചോദിച്ചു “എന്നെ അറിഞ്ഞുകൂടാ അല്ലേ. എത്ര ദിവസം നിനക്ക് ഞാൻ ആഹാരം വാങ്ങി തന്നതാണ്. എന്റെ കഥ മൊത്തം നിന്നോട് പറഞ്ഞു തന്നതാണ് ഞാൻ ചെയ്ത ഏറ്റവും വലിയ

തെറ്റ്. എനിക്കറിയാം ഈ പൊന്നിനും പണത്തിനും വേണ്ടി ഒരു പക്ഷേ, നീ എന്നെ കൊല്ലുമായിരുന്നു. എന്റെ മകളെ കല്യാണം കഴിച്ചു കൊടുക്കുന്നതിനു വേണ്ടി മരുഭൂമിയിൽ കിടന്ന് കഷ്ടപ്പെട്ട് ഉണ്ടാക്കിയ സ്വർണ്ണവും. പൈസയുമാണ് നീ എടുത്തു കൊണ്ടുപോയത്." ഉടനെ തന്നെ സൂപ്പർമാർക്കറ്റിലെ ക്യാഷിൽ ഇരുന്ന വ്യക്തി എന്നോട് പറഞ്ഞു, "ഇദ്ദേഹം എനിക്ക് കാശില്ല എന്ന് പറഞ്ഞ്. ഇന്നലെ ഒരു മാല തന്നു. അതിന്റെ പൈസയും ഞാൻ കൊടുത്തു." അത് കേട്ടതും "ഞങ്ങൾ പോലീസിനെ വിളിച്ചിട്ടുണ്ട് എന്നും പറഞ്ഞ് പോലീസിൽ കംപ്ലൈന്റ് കൊടുത്തിട്ടാണ് ഇയാളെ തിരക്കി ഇറങ്ങിയതെന്നും" പറഞ്ഞു. കടയുടെ ഉടമയോടും ഈ മലയാളിയായ കള്ളനോടും കടയിൽനിന്ന് പുറത്തിറ ങ്ങരുതെന്ന് ഞങ്ങൾ ശാഠ്യം പിടിച്ചു. അപ്പോഴേക്കും ആ പെരുംകള്ളൻ അവിടെ കൂടിയവരുടെ മുന്നിൽ പലരുടെയും കാലു പിടിക്കുകയും സെൽവരാജന്റെ കാലിൽ കെട്ടിപ്പിടിച്ച് കരയുകയും ചെയ്തു. എന്തായിരു ന്നാലും സ്വർണ്ണം ഞങ്ങൾ കണ്ടെടുത്തു. പൈസയിൽ നിന്ന് 1300 റിയാൽ ചെലവായി. ബാക്കിയുള്ള റിയാൽ കള്ളന്റെ കയ്യിൽ നിന്ന് വാങ്ങുകയും കടക്കാരനെ സ്വർണം വാങ്ങിയതിന് ഞങ്ങൾ കേസുകൊടുക്കും എന്ന് ഭീഷണിപ്പെടുത്തി, അദ്ദേഹവും ഭയപ്പെട്ടിരുന്നു. എന്തായിരുന്നാലും ഞങ്ങളുടെ ഇടപെടൽ കാരണം സെൽവരാജ് എന്ന തമിഴ്നാട് കടലൂർ സ്വദേശിക്ക് കഷ്ടപ്പാടിലും വറുതിയിലും ഊറ്റി ഉറുമ്പി ഉണ്ടാക്കിയ സത്യമുള്ള മുതല് തിരിച്ചു കിട്ടുകയുണ്ടായി. ആ സ്വർണവും പൈസയും തിരിച്ചു കിട്ടിയ സെൽവരാജ് സന്തോഷത്തോടുകൂടി നാട്ടിലേക്ക് മടങ്ങുകയുണ്ടായി.

ഇന്ന് സെൽവരാജ് ഖത്തറിൽ സ്വന്തമായി ഒരു കൺസ്ട്രക്ഷൻ കമ്പനി നടത്തുകയാണ്. ഇടയ്ക്കിടയ്ക്ക് എന്നെ ഐഎംഒ യിൽ വിളി ക്കാറുണ്ട് ഖത്തറിൽ ഫുട്ബോൾ കളി കാണാൻ പോയപ്പോൾ അദ്ദേഹത്തെ വിളിച്ചില്ല എന്ന് പറഞ്ഞു വല്ലാത്ത പരിഭവവും പരാതിയും ആയിരുന്നു. ഞങ്ങൾ ആ ചെയ്ത സഹായവും കൃത്യമായിട്ടുള്ള ഇടപെടലും കാരണം സെൽവരാജിന് നാട്ടിൽ ചെന്നപ്പോൾ മകളുടെ കല്യാണവും താൻ ഉദ്ദേശിച്ച രീതിയിൽ സന്തോഷത്തോടെ നടത്തുവാനും കഴിഞ്ഞു. ഇതേ പോലെയുള്ള ചിലർ നമ്മുടെ കൂട്ടത്തിലുമുണ്ട്. മലയാളി സമൂഹത്തെ തന്നെ പറയിക്കുന്ന രീതിയിലാണ് ചിലർ നടക്കുന്നത്. തല ചായ്ക്കു വാനായി റൂം വാടകയ്ക്ക് എടുത്ത് റൂമിൽ നിന്ന് കൂടെ താമസിപ്പിച്ചവനെ കഴുത്തിൽ കത്തിവയ്ക്കുന്ന ചിലരെ പലപ്പോഴും നമ്മൾ വാർത്തകളിൽ കൂടി അറിഞ്ഞിട്ടുണ്ട് നമ്മൾ തിരിച്ചറിയുക. ശ്രദ്ധിക്കുക, എന്റെ ഒരു ഇടപെടൽ ഞാൻ അറിയിച്ചു എന്ന് മാത്രം.

വിസ ഏജൻ്റിൻ്റെ തട്ടിപ്പിനിരയായ സുരേഷ്കുമാർ നാട്ടിലേക്കു മടങ്ങി

വിസ ഏജൻ്റിൻ്റെ ചതിയിൽപെട്ട ഇടുക്കി സ്വദേശിനി ഇന്നു നാടണയും

റിയാദ് തർഹീൽ മേധാവി ദൈവത്തിൻ്റെ സ്വന്തം നാട്ടിൽ ഇത് നാലാം തവണ

തെരുവിൽനിന്ന് മൊബൈൽ സിമ്മുകൾ വാങ്ങുന്നവർ സൂക്ഷിക്കുക

പതിയിരിക്കുന്നത് വലിയ അപകടം

2022 ഒക്ടോബർ 24 ● തിങ്കൾ

തസ്കരസംഘം തട്ടിക്കൊണ്ടുപോയ മലയാളിയെ രക്ഷിച്ചു

● സി.ഐ.ഡി ചമഞ്ഞ സംഘത്തെ സാഹസികമായി പൊലീസ് അറസ്റ്റുചെയ്തു

സുലൈമാൻ വിഴിഞ്ഞം

റിയാദ്: ബിസിനസ് ആവശ്യാർഥം ഒമാനിൽനിന്ന് സൗദിയിലെത്തി തസ്കരസംഘത്തിന്റെ തട്ടിക്കൊണ്ടുപോകലിന് ഇരയായ മലയാളിയെ പൊലീസും സാമൂഹിക പ്രവർത്തകരും ഇടപെട്ട് മോചിപ്പിച്ചു.

കോഴിക്കോട് താമരശ്ശേരി സ്വദേശി മുഹമ്മദ് അബൂബക്കറിനെ സി.ഐ.ഡി ചമഞ്ഞെത്തി തട്ടിക്കൊണ്ടുപോയി ബന്ധിയാക്കി വെച്ച് മോചിപ്പിക്കാൻ 50,000 റിയാൽ ആവശ്യപ്പെട്ട അക്രമിസംഘത്തിന്റെ പിടിയിൽനിന്ന് പൊലീസ് മണിക്കൂറുകൾ നീണ്ട പ്രയത്നത്തിനൊടുവിലാണ് സാഹസികമായി രക്ഷപ്പെടുത്തിയത്.

ഒമാനിൽ വ്യവസായിയായ ഇദ്ദേഹം കഴിഞ്ഞ ചൊവ്വാഴ്ചയാണ് ബിസിനസ് ആവശ്യാർഥം റിയാദിലെത്തിയത്. രണ്ടുദിവസത്തെ സന്ദർശനം കഴിഞ്ഞു വ്യാഴാഴ്ച ജുബൈലിലുള്ള മകളെയും മരുമകനെയും കാണുന്നതിന് റിയാദ് റെയിൽവേ സ്റ്റേഷനിലേക്കുള്ള യാത്രാമധ്യേയാണ് സംഭവം. അറബ് വേഷധാരികളായ ഒരു സംഘം ഇദ്ദേഹം യാത്ര ചെയ്ത വാഹനത്തെ പിന്തുടരുകയും സി.ഐ.ഡികൾ എന്ന് സ്വയം പരിചയപ്പെടുത്തി അവരുടെ വാഹനത്തിൽ കയറ്റി കൊണ്ടുപോകുകയുമായിരുന്നു. റിയാദ് നഗരത്തിൽ നിന്നും ഏറെ ദൂരം വിജനമായ പ്രദേശത്തുകൂടി യാത്ര ചെയ്തു ഒടുവിൽ ഒളിസങ്കേതത്തിൽ കൊണ്ടുപോയി പൂട്ടിയിടുകയായിരുന്നു.

ഇതിനിടെ പല സ്ഥലങ്ങളിലും ഇദ്ദേഹത്തെ കൊണ്ടുപോയതായി പറയുന്നു. വാഹനത്തിൽ കയറിയ ഉടൻ തന്നെ പഴ്സും മൊബൈൽ ഫോണും പാസ്പോർട്ടും സംഘം കൈക്കലാക്കി. പൂട്ടിയിട്ട മുറിയിൽനിന്ന് ഉപേക്ഷിക്കപ്പെട്ട നിലയിൽ കണ്ടെത്തിയ മൊബൈൽ ഫോണാണ് അബൂബക്കറിന്റെ മോചനത്തിന് വഴിതെളിച്ചത്. ഈ ഫോണിൽ നിന്ന് മക്കളുടെ ഭർത്താവിന് മെസേജിലൂടെ വിവരങ്ങൾ അറിയിക്കുകയായിരുന്നു.

തസ്കരസംഘത്തിൽ നിന്ന് മോചിപ്പിക്കപ്പെട്ട മുഹമ്മദ് അബൂബക്കർ സാമൂഹിക പ്രവർത്തകർക്കൊപ്പം

ലൊക്കേഷൻ അയച്ചു കൊടുത്തിരുന്നെങ്കിലും തസ്കര സംഘം പലയിടങ്ങളിലേക്ക് ഇദ്ദേഹത്തെ മാറ്റിയത് മൂലം കൃത്യമായ ഒരു സ്ഥലം നിശ്ചയിക്കാൻ പറ്റാതെ പോയി. വെള്ളിയാഴ്ച പുലർച്ചെ ലൈവ് ലൊക്കേഷൻ നൽകി. ഇത് ഇദ്ദേഹത്തെ മോചിപ്പിക്കുന്നതിന് സാമൂഹിക പ്രവർത്തകർക്കും പൊലീസിനും സഹായകമായി. മക്കളുടെ ഭർത്താവും സഹായം തേടിയതിനെ തുടർന്ന് അൻസാർ കൊടുവള്ളി, റിയാദ് ഷെക്കീസ് വളന്റിയർ നവാസ് പെരിസ് തുടങ്ങിയവർ സാമൂഹിക പ്രവർത്തകനായ റാഫി പാങ്ങോടിന്റെ സഹായത്തോടെ പൊലീസിൽ വിവരം അറിയിച്ചു.

തസ്കരസംഘം ഒളിസങ്കേതം ഇടക്കിടക്ക് മാറിക്കൊണ്ടിരുന്നതിനാൽ കണ്ടെത്താൻ കഴിഞ്ഞിരുന്നില്ല. തുടർന്ന് പൊലീസ് വിവിധ സംഘങ്ങളായി തിരിഞ്ഞ് അന്വേഷണം വ്യാപിപ്പിച്ചു. ലൈവ് ലൊക്കേഷന്റെ സഹായത്താൽ ഒളിസങ്കേതം സായുധ പൊലീസ് സംഘം വളയുകയും അബൂബക്കറിനെ സുരക്ഷിതമായി മോചിപ്പിക്കുകയുമായിരുന്നു.

രക്ഷപ്പെടാൻ ശ്രമിച്ച സംഘത്തിലെ രണ്ടുപേരെ പൊലീസ് അറസ്റ്റുചെയ്തിട്ടുണ്ട്. മറ്റുള്ളവർക്കുള്ള അന്വേഷണത്തിലാണ് പൊലീസ്. അബൂബക്കറിന്റെ മോചനത്തിന് ഗൾഫ് മലയാളി ഫെഡറേഷൻ ചെയർമാൻ കൂടിയായ റാഫി പാങ്ങോട്, അൻസാർ കൊടുവള്ളി, നവാസ് പെരിസ്, അലി ആലുവ, നൗഷാദ് ആലുവ, [illegible], സജീർ സമദ് എന്നിവരാണ് രംഗത്തുണ്ടായിരുന്നത്.

വിസിറ്റ് വിസ നിയമത്തിൽ കുടുങ്ങിയ മലയാളി യുവതിയും അമ്മയും നാട്ടിലേക്ക്

[illegible]

72 ഇന്ത്യൻ തൊഴിലാളികൾ എംബസി ഇടപെടൽ തേടുന്നു

[illegible]

സ്വപ്നങ്ങളെ പോലും ഭയപ്പെടുത്തുന്ന മരുഭൂവാസത്തിൽ നിന്ന് ഉമ്മർഫാറൂഖ് ജീവിതത്തിലേക്ക്